7 CÁCH HỌC

TIẾNG ANH DU KÍCH

By Fususu

"Trước khi chúng ta biết nói,
tiếng mẹ đẻ... cũng là ngoại ngữ!"

"Before we can talk, even our mother tongue...

is a foreign language!"

– FuSuSu –

MỤC LỤC

CẢM NHẬN TỪ GIÁO VIÊN
TIẾNG ANH & NGƯỜI BẢN XỨ

Austin Bradlee Adams, giáo viên tiếng Anh bản xứ với hơn 8 năm kinh nghiệm.

"Tôi khuyên bạn nên dừng lại mọi việc mình đang làm và đọc ngay cuốn sách này. FuSuSu đã trình bày những phương pháp thực tiễn nhất, tự nhiên nhất để học tiếng Anh. Nhờ đó mà bạn có thể sử dụng thời gian của mình một cách khôn ngoan hơn, thay vì lãng phí thời gian và tiền bạc vào những cách học không hiệu quả. "

"I recommend you stop what you're doing and read this book. In this book, FuSuSu has described the most realistic and natural ways to learn English, so that you can use your time wisely instead of wasting time and money studying the wrong way."

Mike McQuillan, giáo viên tiếng Anh bản xứ, nhà huấn luyện diễn giả, sáng lập Fit-Presenter.com

"Là một giáo viên dạy tiếng Anh ở Nam Mỹ trong hơn một thập kỷ, tôi có thể nói với bạn rằng các kỹ thuật của anh ấy sẽ hữu ích cho bạn. Nhưng quan trọng hơn, bạn cũng sẽ học cách loại bỏ những rào cản tinh thần để cho trí não của bạn có thể hoạt động hết công suất."

As a teacher of English as a foreign language in South America for over a decade, I can tell you that his techniques will serve you. But more importantly, you will also learn how to remove mental blocks and let your mind operate at its full potential.

Dorsey Jackson, diễn viên lồng tiếng chuyên nghiệp, Division Toastmaster Champion

"Tôi đã bị choáng ngợp bởi khả năng sử dụng tiếng Anh của Fususu, vì đó không phải là tiếng mẹ đẻ của anh ấy. Đó là một minh chứng cho kỹ năng viết đáng kinh ngạc. Cuốn sách được viết bằng song ngữ, khiến nó có thể tiếp cận được với nhiều đối tượng hơn và giọng điệu hấp dẫn đến mức bạn thậm chí sẽ không có cảm giác như mình đang đọc một cuốn sách học ngôn ngữ."

I was blown away by Fususu's command of the English language, considering that it's not even his mother tongue. It's a testament to his incredible writing skills. The book is written bilingually, which makes it accessible to a wider audience, and the overall tone is so inviting that you won't even feel like you're reading a language learning book.

Cám ơn bạn đã ủng hộ!

Đây là phiên bản kỷ niệm Ebook 7 Cách Học tiếng Anh Du Kích, được Fususu xuất bản lần đầu vào 2016, cách đây đúng 7 năm.

Sách có rất nhiều phần được cập nhật lại gần như toàn bộ, tương đương với một nửa phiên bản đầy đủ của sách, cuốn 21 Cách Học Tiếng Anh Du Kích tái bản năm 2023 cực kỳ giá trị.

Tuy thế, Fususu vẫn quyết định tặng bạn miễn phí nhân dịp đặc biệt này, cũng như vì một thế hệ... người Việt giỏi tiếng Anh hơn Tây.

Mong tin tốt lành,

fususu.com/qua-tang-mien-phi/?r=7tadkeb

LỜI THÚ NHẬN THÀNH THẬT

An honest confession

Thành thật với bạn, tôi không phải là một giáo viên tiếng Anh. IELTS? TOEFL? Xin đừng hỏi, vì tôi chẳng có chứng chỉ tiếng Anh nào hoành tráng. Trẻ con bây giờ học tiếng Anh từ lúc lên 3, tôi thì 12 tuổi mới học lại bảng chữ cái.

Honestly, I am not an English teacher. IELTS? TOEFL? Please don't ask me, because I don't have any fancy English certificates. Nowadays, kids start learning English at age 3. I had to study the English alphabet when I was 12.

Sau nhiều nỗ lực (chủ yếu là học vẹt), tôi đạt những điểm 10 đầu tiên trong môn thi tiếng Anh trên trường. Quả bóng tự tin trong tôi được thổi phồng lên to bự, nhưng nó đã vỡ tung sau khi tôi tốt nghiệp:

With a lot of effort (mainly learning by heart), I finally got my very first perfect score on an English examination. This inflated the balloon of confidence within me, but it soon popped when I graduated:

Khi giao tiếp với người nước ngoài, tôi thường cứng họng sau một vài câu, còn họ cũng mất hồi lâu mới đoán được tôi vừa mới nói gì. Ở chương sau, bạn sẽ được khám phá một trong những kỷ niệm nhục nhã nhất của tôi liên quan tới tiếng Anh giao tiếp.

When talking with foreigners, I didn't know what to say after a few sentences. It also took them a few minutes to understand what I had just said. In the next chapter, you will discover my most shameful memory related to English in communication.

Mắt tôi thường hoa lên khi phải đọc tài liệu bằng tiếng Anh, kể cả là chuyện cho trẻ con, vì có quá nhiều từ mới. Thật ra tôi đã học hầu hết các từ ấy đâu đó trong quá khứ, nhưng không sao nhớ nổi nghĩa của chúng khi gặp lại.

I often felt dizzy when reading English documents, even children's books, because there were so many new words. The fact is that I had learned most of these words somewhere in the past but couldn't remember their meanings when I met them again.

Tôi mất nhiều giờ để soạn một email bằng tiếng Anh, và sau đó thì chần chừ chưa dám bấm nút gửi vì tôi sợ sai chính tả. Điều này từng làm tôi lỡ mất nhiều cơ hội thăng tiến nhanh chóng trong công việc.

It took me hours to write an email in English, and I was always reluctant to click the send button because I was so afraid of making grammar mistakes. This prevented me from getting advanced in my career so many times.

Tóm lại, sau nhiều năm học tiếng Anh, tôi nhận ra sự thật đau đớn: Mình có thể điểm cao ở trường học, nhưng vẫn "đúp" ở trường đời. Những gì tôi học được trên trường có vẻ hữu ích đấy, nhưng tôi lại chẳng áp dụng nổi vào tới thời điểm mình cần chúng nhất.

In conclusion, after years of learning English, I realized a painful truth: I might get good scores in high school, but bad scores in life school. What I had learned seemed practical, but I couldn't use it when I needed it most.

Đó là tôi trong quá khứ. Còn bây giờ thì sao?

That was me in the past, how about now?

Nếu như trước đây, tôi không phải là giáo viên tiếng Anh thì hiện tại, tôi... vẫn vậy. Chỉ khác là tôi không còn sợ tiếng Anh, và có thể làm được những điều trước đây mình chỉ dám mơ. Mục đích tôi chia sẻ những thành tích dưới đây không phải để khoe, mà để giúp bạn thấy được sự khác biệt.

In the past, I was not an English teacher. And now, I'm... the same. The difference is that I'm not afraid of English anymore. My purpose in sharing some exciting achievements below is not to show off but to help you see the difference.

Đầu tiên, tôi đã có bên mình hai chứng chỉ quốc tế. Tuy không liên quan tới tiếng Anh, nhưng đối với tôi, chúng có giá trị hơn cả tấm bằng IELTS 8.0. Chúng không thể hết hạn sử dụng, và đã liên tục giúp tôi chinh phục nhiều ước mơ của mình.

I even got two international certificates. They are not English-related certificates, but to me, they are far more valuable than an 8.0 IELTS certificate. They do not expire and keep helping me achieve lots of my dreams.

Vốn là người hướng nội nặng, việc tôi duy trì cuộc trò chuyện với người "ta" còn khó, huống chi là người "tây." Ấy vậy mà đầu 2015, công ty cử tôi tham gia khóa học của một giáo sư ĐH Stanford và vợ của ông. Tôi đã tự tin giao tiếp với họ cả tháng trời cả trực tiếp qua Google Meet lẫn trên Email, và hoàn tất khóa học tuyệt vời này.

Being an introvert caused me trouble maintaining a conversation with local people, let alone foreigners. However, in early 2015, my company made me join a course with a professor at Stanford University and his wife. I confidently communicated with them via Google Meet and emails for the whole month and finished that fantastic course.

Trên hành trình vừa du lịch vừa viết sách, tôi thoải mái bắt chuyện với vô số người nước ngoài, từ một nhiếp ảnh gia cho tới họa sĩ vẽ tranh trừu tượng. Tôi cũng hợp tác với nhiều người nước ngoài để thực hiện các dự án thú vị. Chẳng hạn, một giáo viên bản xứ đã giúp tôi rà soát từng đoạn tiếng Anh trong sách, và thực hiện phiên bản sách nói.

I talked with countless interesting foreigners on my writing and traveling journey, from a professional photographer to an abstract painter. I also collaborated with foreigners to do some exciting projects. For example, a native teacher helped me review each English paragraph and make the audio version of this book.

Tiếng Anh tốt cũng giúp tôi thăng tiến trong sự nghiệp. Việc đọc cuốn sách World Class Speaking của nhà vô địch diễn thuyết thế giới Craig Valentine đã thay đổi tôi mạnh mẽ. Chỉ trong một thời gian ngắn tôi trở thành một trong những Trainer hàng đầu của công ty, dạy khóa học Tôi Tài Giỏi theo chuẩn mực của tập đoàn Adam Khoo (Singapore).

Good English skills also help me advance in my career. The book World Class Speaking by Craig Valentine, the 1999 world champion of public speaking, changed me a lot. In a short time, I became one of the leading trainers in my company, teaching the course I'm Gifted, according to the standards of Adam Khoo's corporation in Singapore.

Năm 2020, để hoàn tất cuốn sách thứ 7 về bí quyết thuyết trình, tôi đã đầu tư 2500$ (gần 60 triệu) để tham gia khóa học hơn 3 tháng với Craig Valentine. Sau đó làm một bài luận 10.000 chữ tiếng Anh để trở thành nhà huấn luyện diễn giả quốc tế đầu tiên tại Việt Nam, nhận chứng chỉ trực tiếp từ chính Craig Valentine.

In 2020, to complete my 7th book on presentation secrets, I invested $2500 (nearly 60 million) to attend a 3-month course with Craig Valentine. Later, I wrote an essay of 10000 words in English and became the first World Class Speaking Coach in Vietnam, certified by Craig Valentine.

Năm 2021, tôi bắt đầu tham gia Toastmasters International. Sau 1 năm rèn luyện, ngày 29/5/2022, tôi đã mang vinh quang về cho nước nhà khi trở thành người Việt Nam đầu tiên đạt chức vô địch cuộc thi thuyết trình hài hước khu vực 5 nước đông Nam Á (District 97). Bạn có thể quét mã QR bên dưới để xem bài nói của tôi, cũng như khoảnh khắc đầy tự hào ấy ở cuối Clip.

I joined Toastmasters International in 2021. One year later, on May 29th, 2022, I became the first Vietnamese person to win the first prize in the Humorous Contest organized by District 97 (including five countries in Southeast Asia). You can use the QR code below to see my speech and that proud moment at the end of the clip.

fususu.com/clip/vodich2022

Cuối cùng, kể từ khi xuất bản cuốn sách song ngữ này lần đầu vào 2017, tôi đã tự dịch thêm tới 5 cuốn sách khác của mình sang tiếng Anh, trong đó có một cuốn tiểu thuyết 100,000 chữ. Cuối 2022, tôi đã viết lại toàn bộ cuốn sách này một lần nữa để giúp bạn cập nhật những phương pháp mới nhất và hiệu quả nhất.

Finally, since I first published this bilingual book in 2017, I have translated my other five books into English, including a 100,000-word novel. In 2022, I rewrote this book to keep you updated with the newest and most effective methods.

Một lần nữa, tôi chia sẻ tất cả những thành tích trên không phải để khoe, mà để giúp bạn thấy sự khác biệt và quan trọng là...

I shared all those achievements above not to show off, but to help you see the difference and the most important is that...

Nếu một người từng học lại tiếng Anh vỡ lòng, từng nhiều lần "đúp" ở trường đời như tôi, sau đó có thể vô địch diễn thuyết tiếng Anh 5 nước Đông Nam Á, tự dịch mỗi năm một cuốn sách tiếng Anh... thì không có gì là không thể đối với bạn.

If someone like me, who had to learn English from scratch and failed many times when using English in real-life; now could become a public speaking champion in Southeast Asia, and translate one book into English each year; then nothing is impossible for you.

Mọi lý do bạn nghĩ mình không thể học tiếng Anh chỉ là ngụy biện cho việc bạn đã chưa có phương pháp hiệu quả. Và cho dù có bận rộn đến mấy, bạn vẫn có thể áp dụng các "công cụ du kích" thú vị trong cuốn sách này. Vì chúng vẫn đang giúp tôi nâng cao trình độ tiếng Anh của mình mỗi ngày khi rửa bát, xem TV, thậm chí lúc ngủ.

Any reason you use to explain how you could not use English well is just an excuse to cover the truth: You haven't found an effective method yet. Even if you are lazy, you can still apply these "guerrilla tools." They are still helping me improve my English daily while washing dishes, watching TV, or even sleeping!

Cuốn sách sẽ giúp bạn tiết kiệm một lượng lớn thời gian, cũng như những bịch tiền to bự đổ vào việc học tiếng Anh – món ngoại ngữ thời thượng. Bạn có thể sử dụng số tiền ấy để đi du lịch nhiều hơn, sử dụng tiếng Anh nhiều hơn, và biến nó thành... "tiếng bố đẻ".

This book will help you save a lot of time and a big bag of money that people often invest in English learning centers. Instead, you can learn English by yourself and use that money to travel, to use English in reality, and turn it into... your "father-tongue."

Ngoài ra, nhiều độc giả cũng chia sẻ với tôi rằng họ cũng đã áp dụng thành công trên nhiều ngoại ngữ khác như tiếng Pháp, tiếng Nhật, tiếng Trung, v.v...

bởi vì các nguyên nhân thất bại khi học ngoại ngữ có thể khác nhau, còn nguyên lý học hiệu quả thì tương tự.

Besides, many readers told me they also succeeded in applying these "Guerrilla Tools" to learn other foreign languages such as French, Japanese, Chinese, etc. The reasons for failing to study foreign languages might differ, but the principles for success are the same.

Cuốn sách này gồm có 8 phần

This book consists of seven parts.

Phần đầu tiên sẽ giúp bạn hiểu bản chất tự nhiên của ngôn ngữ, từ đó xua tan nỗi sợ ngoại ngữ xưa cũ bấy lâu nay.

The first part will reveal the true nature of language and help you to eliminate the old fear of foreign languages.

Các phần tiếp theo là những công cụ mạnh mẽ giúp bạn làm chủ từng kỹ năng nghe, nói, đọc, viết và cả thi thố, với các ứng dụng cụ thể. Chúng được đánh số #1 tới #7. Tôi gọi chúng là những "công cụ du kích" vì khi áp dụng triệt để, trình độ của bạn sẽ tăng lên mỗi ngày, kể cả lúc ngủ.

The next parts are the powerful tools that will help you master each skill: listening, speaking, reading, writing, and even taking exams. They are numbered from #1 to #7, and I call them Guerrilla Tools because applying them will help you improve your English skills day by day, even while you are sleeping.

Phần cuối là những câu hỏi thường gặp cùng một món quà đặc biệt.

The last part is an FAQ with a special gift.

Lưu ý đặc biệt

Special notice

Bạn sẽ thấy tôi viết song ngữ, và sắp xếp xen kẽ từng đoạn tiếng Việt trước đoạn tiếng Anh tương ứng. Mục đích không phải là để khoe tài tiếng Anh, hay để cao tiếng Việt hơn mà đặt ở trước. Đây cũng chính là một phần của phương pháp, nó giúp tôi thực hiện đúng cam kết ngoài bìa sách: Tăng trình độ ngay sau từng đoạn đọc.

You will see that I wrote this book bilingually, and put each Vietnamese paragraph before its English version. My purpose is not to show off my ability, nor do I prefer Vietnamese to English. This is also a part of the method that will fulfill my commitment on the book cover: Improve your English immediately after reading each paragraph.

Do đó, cuốn sách vừa cung cấp các cách học tiếng Anh thông minh, vừa giúp bạn nâng cao vốn từ vựng. Bạn có thể đọc hết phần tiếng Việt một lượt để hiểu phương pháp, sau đó đọc lại sách một lần nữa. Lần này, bạn đọc từng đoạn tiếng Việt rồi tiếng Anh. Chi tiết hơn tôi sẽ giải thích trong chương luyện đọc du kích.

Therefore, this book not only provides smart ways to learn English, but also helps you build vocabulary. You can read the Vietnamese paragraphs from start to finish, and then re-read the book again. This time, read each Vietnamese paragraph followed by its English version. I will explain why in the "Guerrilla Tools for Reading".

Ngoài ra, mặc dù tôi đã rà soát lại nhiều lần, thậm chí nhờ cả giáo viên bản xứ chỉnh sửa, song không có gì là hoàn hảo. Nếu bạn phát hiện ra bất cứ sai sót nào, hoặc đơn giản chỉ là muốn chia sẻ cảm nhận, đừng ngại gửi phản hồi cho tôi qua địa chỉ ở cuối sách và nhận quà. Tôi tin rằng học ngoại ngữ là để kết nối, không phải để hoàn hảo!

Despite the fact that I double-checked this book many times, and even asked a native teacher to edit the book, nothing is perfect. If you find any errors or have something to share, do not hesitate to leave me feedback via the link at the end of this book and get your special gift. I believe that the purpose of learning a foreign language is connection, not perfection!

Mong tin tốt lành,

Hoping to hear good news from you,

P.s. Trước khi bắt đầu, xin giới thiệu với bạn hai người bạn tốt là Bác G và Cô Y. Đây là hai người khổng lồ nắm giữ toàn bộ tri thức của nhân loại, và sẵn lòng cho bạn truy cập miễn phí. Điều quan trọng là bạn phải đưa cho họ đúng mật khẩu. Họ là ai?

P.s. Before we begin, let me introduce you to two good friends. They are Mr. G and Ms. Y - Two giants who hold the key that leads to the entire knowledge of humankind. The secret is to give them the right password. Who are they?

Đó là Google và Youtube. Nên trong sách, nếu tôi nói hãy đưa cho Bác G hay Cô Y mật khẩu gì đó, hãy hiểu là bạn lên Google hoặc Youtube và tìm kiếm với chính xác từ khóa ấy để lấy kho báu.

They are Google and YouTube. Therefore, when I say give Mr. G or Ms. Y some passwords, just search on

Google or YouTube with the exact keywords to see the hidden treasures.

Ngoài ra, do kiến thức của nhân loại ngày càng được cập nhật, nên trong sách cũng có các mã QR dẫn tới Blog của tôi, nơi bạn sẽ tìm thấy các kiến thức cập nhật nhất liên quan tới chủ đề đó.

Besides, the knowledge of humankind is always updating, so there will be a lot of QR's that link to my Blog, where you can find the most updated knowledge on that topic.

NGOẠI NGỮ LIỆU CÓ DỮ?

Are foreign languages scary?

"Con người thường sợ những thứ họ không hiểu, và không thích những gì họ không thể chinh phục."

~ Andrew Smith

Bạn có thấy tiếng Anh là một con gấu tham lam không?

Do you see that English is a greedy bear?

Nó xuất hiện ở khắp nơi. Nó "ăn" gần hết chữ nghĩa của nhân loại, từ tivi đài báo cho tới internet, thậm chí cả những cuộc trò chuyện hàng ngày. Không có gì thoát khỏi dạ dày to bự của nó. Đã lâu rồi, tôi không thấy người ta nói "xin chào" hoặc "tạm biệt" bằng tiếng mẹ đẻ (mà toàn là "Hi" hoặc "Bye Bye").

It's everywhere. It "eats" almost all words of humanity. Television, radio, newspapers, the internet, and even daily conversations. Nothing can escape from its big belly. It's been a long time since I heard someone say "Hello" or "Goodbye" in their mother tongue.

Chưa hết, con gấu này còn ăn vô số thời gian và tiền bạc của nhân loại. Ở Việt Nam, nhiều người mất 12 năm ở trường, 4 năm đại học, và rất nhiều tiền cho các trung tâm tiếng Anh, nhưng rốt cuộc vẫn không như ý. Họ có thể giống tôi, điểm cao ở trường học, nhưng vẫn đúp ở trường đời.

This bear also "eats" tons of time and money. In Vietnam, many people have spent 12 years in school,

4 years in college, and lots of money on English centers but do not get the result they want. They might end up like me, with high scores in high school but bad ones in life school.

Câu chuyện đắng lòng chai cô ca

The story of painful coke

Tôi vẫn còn nhớ như in một ngày đẹp trời tháng 11 năm 2009, tôi nhận được Email của Antonio Graceffo từ một diễn đàn tiếng Anh. Ông là một võ sư, diễn giả, tác giả, thành thục tới 5 ngoại ngữ. Antonio nói mình chuẩn bị du lịch Việt Nam, và cần một sinh viên có thể sử dụng tốt tiếng Anh để giao lưu trao đổi ngôn ngữ.

I still vividly remember one beautiful day in Nov 2009; I received an email from Antonio Graceffo through an English forum. He is a martial artist, an inspirational speaker, and an author who can speak up to five languages. Antonio was going to Vietnam and needed a well-English-spoken student to do a language exchange.

Thực ra thì hồi tiểu học tôi mù tiếng Anh, tới lớp 6 ông cậu của tôi phát hiện ra và giúp tôi ôn lại bảng chữ cái ABC. Sau đó nhờ sự kiên trì kết hợp với vài mẹo ghi nhớ, mà tôi đã có thể đạt được rất nhiều điểm số cao môn tiếng Anh trên trường.

The fact is that I had known nothing about English since I was a primary student. Only when I went to secondary school, my uncle discovered that terrible news and helped me study English from scratch. Later, thanks to my persistence and some memory tricks, I earned many perfect scores in English.

Vì thế mà tôi tự tin lắm, tôi đã nhận lời Antonio và coi đây là cơ hội tuyệt vời để thực hành tiếng Anh trong thực tế. Sau khi tặng ông một tour du lịch vòng quanh phố phường trên xe máy, thử thách thực sự bắt đầu khi chúng tôi trên đường về nhà.

That's why I was so confident to accept Antonio's invitation and considered it an excellent opportunity to use my English in real life. I used my motorbike to give Antonio the best tour in town. The real challenge began when we were coming home.

"Ai oăn ở câu đờ cốc cờ," Antonio nói.

"Wát?" Tôi hỏi lại.

Antonio nói thật chậm. "I... want... a... câu... đờ... cốc... cờ."

"I want a cold Coke," Antonio said.

"What?" I asked.

Antonio slowly pronounced. "A... cold... coke."

Câu đờ cốc cờ? Tôi bối rối lục tung cả ngàn từ vựng đã học thời phổ thông, mà không sao biết được nó là cái gì.

Co-ld co-ke??? I confusedly searched through thousands of English words I learned in school but could not figure it out.

Thấy mặt tôi ngu ngơ, Antonio tỏ ra khá bực mình. Phải mất mấy lần nghe ông phát âm lại, tôi mới bắt được từ "Coke" (lon Cô ca). Chúng tôi tạt vào quán tạp hóa gần đó, nhưng Antonio nhìn và lắc đầu.

Looking at my stupid face, Antonio seemed to be mad. He tried to pronounce "coke" many times until I got it. We stopped at a small street stall nearby, but Antonio shook his head.

Sau khi nghe loáng thoáng được "Câu đờ" là Cold (lạnh), tôi chở ông tới một quán nước to bự, nhưng Antonio vẫn lắc đầu. Chúng tôi tiếp tục ghé thăm một vài quán khác, nhưng kết quả vẫn tương tự.

Later, when I got the other word, "cold", we stopped at a big stall, but Antonio couldn't find that cold coke. We kept visiting some more stalls, but the results were all the same.

Phải tới lúc về nhà tôi mới hiểu điều mà Antonio thực sự muốn. Ông đã phải viết lên bảng và giải thích "Cold Coke" là cô-ca ướp lạnh, chứ không phải là mua lon cô ca rồi cho đá vào như dân ta hay làm.

I only understood what Antonio really wanted when we got home. He had to write "Cold Coke" on a board and explain that it was a Coke from a fridge, not a regular Coke with ice.

Sự hiểu lầm này khiến Antonio phật ý. Ông nhìn tôi thể muốn nói. "Trời ơi, người Việt Nam học tiếng Anh mười mấy năm đây ư?"

This misunderstanding made Antonio so upset. He looked at me as if he wanted to say, "Oh my god, did this Vietnamese person really spend decades studying English?"

Lúc ấy, tôi cảm giác con gấu tiếng Anh đã tát mình một phát đau điếng, lòng tự trọng của tôi bị tổn thương sâu sắc. Nhờ đó, tôi cũng nhận ra mình cần phải xem lại cách học tiếng Anh của mình.

At that moment, I felt like the "bear of English" had slapped me and hurt my self-esteem heavily. This also made me realize that I need to seriously review my way of learning English.

Tôi từng nghĩ tiếng Anh như một con gấu tham lam dữ dằn vậy đấy. Con người chỉ sợ những gì họ không hiểu. Khi tôi hiểu bản chất thật sự của ngôn ngữ, con gấu ấy bỗng trở nên ngoan ngoãn đáng yêu lạ thường. Hiện tại, có thể nói tôi đã "phải lòng" nó.

I used to think English was as scary as a greedy bear. People only fear what they do not understand. Once I understood the true nature of language, that bear suddenly became docile and extraordinarily lovely. Now, you can say that I have fallen in love with it.

Mà tình yêu, chẳng phải là nền tảng của mọi thành tựu sao? Ngay bây giờ, hãy làm một thí nghiệm để hiểu về bản chất của ngôn ngữ.

Love; isn't it the foundation of every achievement? Now, let's do an experiment to find out the true nature of language.

Một thứ dài dài, vàng vàng, sờ mềm mềm...

Something long, yellow-colored, and soft to the touch...

Bạn nghĩ gì khi nói tới một thứ dài dài, vàng vàng, sờ mềm mềm? Hầu hết mọi người tôi hỏi đều trả lời, "quả chuối." Số ít còn lại nghĩ tới quả bóng bay hoặc thứ gì đó khiến họ bật cười một cách bí hiểm, và tôi dám cá thứ họ nghĩ không phải là một loại quả đâu.

What do you think when I refer to a thing that is long, yellow-colored, and soft to the touch? Most people answered, "quả chuối" (banana in Vietnam). The few remaining people chose a yellow balloon or something that made them giggle. I'm pretty sure that "something" in their mind was not a kind of fruit.

Lý do đơn giản là vì các độc giả tôi hỏi hầu hết đều sinh ra ở Việt Nam, nên dù biết tiếng Anh, nhưng trong bộ não của họ đã hình thành liên kết rất chặt chẽ giữa từ "quả chuối" và một loại quả dài dài vàng vàng sờ mềm mềm. Nếu họ sinh ra các nước nói tiếng Anh là chính, có lẽ từ "banana" sẽ bật ra đầu tiên.

The reason is simply that most of them were born in Vietnam. They might know English, but the association between the word "quả chuối" and a kind of fruit that is long, yellow, and soft to the touch, has become so strong. If they were born in a foreign country where English is mainly used, the word "banana" would have popped up first.

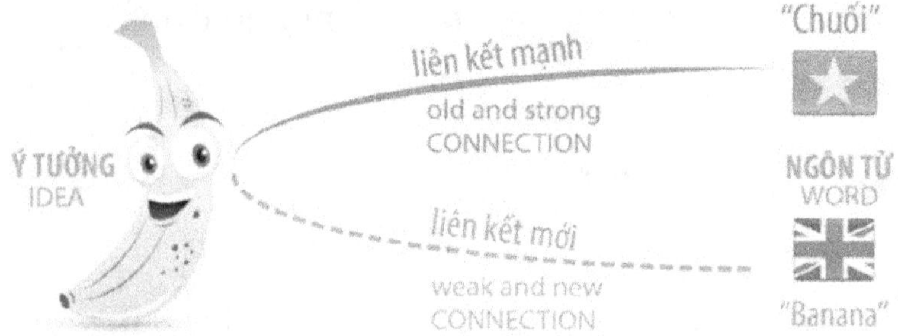

Bản chất của ngôn ngữ thật ra rất đơn giản. Chúng là phương tiện do con người tạo ra để truyền đạt ý tưởng. Nhờ có ngôn ngữ, bạn không cần phải ra chợ giải thích, "Cô ơi, bán cho cháu cái dài dài, vàng vàng, sờ mềm mềm..."

The true nature of language is simple. It's a man-made tool for sharing ideas effectively. Thanks to languages, you don't have to explain to a female fruit seller at the marketplace, "I want to buy something that is long, yellow-colored and soft to the touch..."

Cô bán hoa quả nhìn bạn một hồi, rồi quay sang nói với anh chồng. "Chồng ơi, lấy hộ em cái quả dài dài vàng vàng sờ mềm mềm."

She looked at you for a while, then talked to her husband. "Please get that long, yellow-colored, soft-to-the-touch thing for me."

Anh chồng chạy đi một lúc rồi quay về với một quả bóng bay màu vàng. "Của cháu đây phải không?"

The husband ran away for a few minutes, then returned with a long yellow balloon. "Is this the thing you want?

Bạn lắc đầu. "Không, nó là một loại hoa quả ăn được."

You shook your head. "No, I want something edible."

Sau đó bạn phải mất một hồi lâu chờ đợi để mua được loại quả mình muốn. Thật là phiền toái phải không?

Then it took you some time to buy that thing you really wanted. It's so annoying, isn't it?"

Thật vui cho bạn vì cái thời mà người ta chưa phát minh ra từ quả chuối đã qua lâu rồi. Giờ đây, bạn chỉ cần nói "quả chuối" là lập tức hình ảnh về loại quả bạn muốn mua sẽ bật ra trong đầu cô bán hoa quả, cùng với một nụ cười tươi rói.

It's so lucky for you because those days when people didn't know the word "quả chuối" are long gone. Nowadays, you only need to say "quả chuối" to make a vivid picture of a banana pop into the mind of that fruit seller, then a big smile on her face.

Đó là sức mạnh của ngôn ngữ. Thật là tuyệt vời phải không? Tại sao bạn lại phải sợ một thứ hữu ích như vậy chứ?

That's the power of language. Isn't it great? Why do you need to fear such a helpful thing?

Chờ chút, mà tại sao khi nhắc đến quả chuối, thì những ý tưởng liên quan tới nó lại xuất hiện trong tâm trí bạn nhỉ?

Wait a minute. Why does an idea that is related to a banana pop into our mind when we refer to the word "quả chuối"?

Vì bộ não bạn đã ghi nhớ.

It's because your brain has memorized it.

Vậy bộ não đã ghi nhớ bằng cách nào?

But how did the brain memorize it?

Đó là kết quả của việc lặp đi lặp lại trong suốt nhiều năm qua, biết bao lần bạn cầm chuối, ăn chuối, có khi... trượt vỏ chuối, nên ý tưởng về một thứ "dài dài, vàng vàng, sờ mềm mềm" đã được liên kết mạnh mẽ với từ "quả chuối".

It results from repetition, which involves many years of holding the banana, eating it, and sometimes slipping on a banana peel. The idea of something "long, yellow-colored, and soft to the touch" has been strongly associated with the word "quả chuối."

Nếu tiếng mẹ đẻ của bạn là tiếng Anh thì ngược lại, ý tưởng đó sẽ liên kết mạnh mẽ hơn với từ "banana".

If your mother tongue is English, that idea will be associated with the word "banana."

Bản chất ngôn ngữ là một hệ thống liên kết giữa ngôn từ và ý tưởng cần truyền đạt trong đầu chúng ta. Vào những năm 1950, giáo sư Edward Fry đã đưa ra một công trình nghiên cứu vô cùng độc đáo và hữu ích, đó là danh sách 1000 từ tiếng Anh thông dụng nhất.

The true nature of language is a system of connections between words and ideas. In the 1950s, Professor Edward Fry came up with his most unique and helpful study, which was the list of 1000 most common words in English.

Theo giáo sư Fry, khi bạn học thuộc danh sách các từ này, bạn sẽ có thể đọc 90% lượng từ trong sách báo phổ thông. Danh sách này được cập nhật mới năm 1980, và tới nay vẫn giữ nguyên giá trị. Bạn có thể thể quét mã QR bên dưới để xem thử.

According to Dr. Fry, when you memorize those words, you will be able to understand up to 90 percent of the words in regular books and newspapers. This list was updated in 1980, and it is still valid today. You can try the QR link below to see this list.

fususu.com/lo-trinh-hoc-tieng-anh-sieu-toc/

Tôi đã từng tổng kết và thấy chương trình tiếng Anh phổ thông có khoảng 5000 từ. Suy ra nếu ai đó học tốt 12 năm học trên trường, chắc phải có vốn tiếng Anh ngon lành chứ? Vậy tại sao nhiều người vẫn vấp váp trong vô vọng khi ra thực địa?

I once counted and found about 5000 English words in our school program. Therefore, if someone has completed 12 years of schooling, he must be good at English. However, why do so many people like me feel hopeless when using English in real life?

Tôi hi vọng với thí nghiệm với từ "quả chuối" ở bên trên, cộng với suy ngẫm một chút về cách học của hầu hết mọi người trên trường, bạn sẽ nhận ra gốc rễ của vấn đề. Đó là do cách học của họ bị ngược với bản chất tự nhiên của ngôn ngữ.

I hope that by experimenting with the word "quả chuối", combined with thinking a little bit about how most people study English at school, you'll see the root cause of the problem. It's the way they are used to learning a language. It goes against the nature of language.

Một lần nữa, bản chất của ngôn ngữ là gì? Nó là sự liên kết chặt chẽ giữa ý tưởng cần trao đổi với từ vựng tương ứng. Ví dụ cụ thể ở đây là giữa thứ "dài dài vàng vàng sờ mềm mềm" với từ "quả chuối", hay giữa "long, yellow, soft to the touch" với "banana".

One more time, what is the essence of language? It's the close connection between ideas and words. In our particular case, it's between a thing that is "long, yellow, soft to the touch" and the word "banana" (quả chuối).

Ấy vậy mà trong nhiều năm, nhiều người học thuộc lòng những danh sách từ, mà bản chất là tạo ra liên kết gián tiếp giữa từ với từ, giữa "quả chuối" và "banana". Điều này giải thích tại sao phản xạ tiếng Anh của họ rất chậm, dẫn tới những tình trạng khi học thì rất nhớ, còn khi dùng trong thực tế thì toàn quên.

However, most people spent years memorizing word lists, which helped them indirectly associate the word "banana" to the word "quả chuối." It explained why their English reflexes are so poor, leading to the phenomenon: they could remember well while they study, but forget everything when they are using it in real life.

Con người thật lạ. Họ làm trái quy luật, họ tự tạo ra vấn đề cho mình, rồi sau đó họ lại đổ tại ông trời không cho mình năng khiếu để giải quyết vấn đề đó.

People are so strange. They break the rule of nature and create their problems, then blame God for not showering them with gifts to solve these problems.

Ngày bé, khi nhìn bạn bè nói tiếng Anh nhoay nhoáy, tôi thường cảm thấy tự ti, tôi nghĩ mình không có năng khiếu. Khi hiểu bản chất của ngôn ngữ, tôi đã nhận ra sự thật: Trước khi biết nói, tiếng mẹ đẻ cũng chính là ngoại ngữ. Vấn đề chỉ là chúng ta đã không dùng cái cách giúp mình giỏi tiếng mẹ đẻ, để học ngoại ngữ mà thôi.

When I saw my friends speaking English fluently, I used to feel terrible about myself; I thought I had no talent. When I understand the essence of language, I also realize the truth: Before we can talk, our mother tongue is also a foreign language. The problem is we didn't use the way we mastered our mother tongue to learn the new language.

Trẻ con đã thành thục tiếng mẹ đẻ như thế nào?

How do children learn their mother tongue?

Bước 1: Nghe, nghe và nghe

Step 1: Listen, listen and listen

Người lớn có thể biết nhiều, có thể nói tốt, nhưng luôn thua trẻ con ở khả năng lắng nghe. Khi bạn nói điều gì đó với một đứa trẻ, nó cũng chỉ nghe, im lặng, cười, và đôi khi khóc.

Adults may be able to talk about many things, but they will always lose to children in a listening competition. When you say something to a baby, it will listen in silence, smile, and sometimes cry.

Với kinh nghiệm thành thục 5 ngoại ngữ, Antonio chia sẻ với tôi rằng để bắt đầu "quen tai" với một ngoại ngữ nào đó, bạn cần ít nhất 800 giờ nghe. Làm sao để luyện nghe hiệu quả? Những công cụ ở chương luyện nghe du kích sẽ giúp bạn thực hiện điều này.

With the experience of mastering five languages, Antonio told me that to get familiar with a language, you need at least 800 hours of listening. How can we listen effectively? The guerrilla tools for listening will help.

Bước 2: Nói, nói và nói

Step 2: Speak, speak and speak

Khi một đứa bé mở miệng ra nói từ đầu tiên, "Ppaaa pppbbaa!" sẽ chẳng có ông bố nào lại quát ầm lên rằng, "Sai rồi!". Mọi ông bố sẽ cười sung sướng, và phát âm lại từ "papa" vài lần để đứa bé lặp đi lặp lại cho tới khi từ Papa hoàn hảo xuất hiện.

When a baby opens their mouth and says the first word," Ppaaa pppbbaa." No father would yell, "That's wrong!" Every father will smile happily and repeat the word "papa" several times for the baby to practice until the perfect word "papa" appears.

Rồi một khi đã biết nói, đứa bé nào cũng sẽ rất tự tin, chúng nói liên tục không ngớt. Các công cụ du kích ở chương luyện nói du kích sẽ giúp bạn ngày càng tự tin hơn, nói chuẩn chỉnh hơn.

Once the baby can talk, they will keep talking all day without any hesitation. Guerrilla tools for speaking will help you speak more fluently and confidently.

Bước 3: Đọc, đọc và đọc

Step 3: Read, read and read

Sau khi nói tốt, những đứa trẻ sẽ đến trường và ê a đọc bảng chữ cái. Một khi đã biết đọc, chúng hăng say đọc to mọi thứ tìm được. Từ bảng chỉ dẫn rửa tay trong nhà vệ sinh, cho tới mẩu quảng cáo khoan cắt bê tông trên tường.

Once the baby can talk well, they go to school and learn how to read the Alphabet. Once they can read well, they will read everything they can find, from a handwashing sign in the restroom to an advertising billboard on the streets.

Những công cụ ở chương luyện đọc du kích sẽ giúp bạn nâng cao vốn từ vựng và khả năng đọc hiểu tiếng Anh mọi lúc mọi nơi.

Guerrilla tools for reading will help you expand your vocabulary and improve your reading comprehension anywhere, anytime.

Bước 4: Viết, viết và viết

Step 4: Write, write and write

Khi đã biết nghe, nói và đọc tốt, trẻ con bắt đầu tập viết. Bài tập phổ biến là chép chính tả, viết lại chính xác những gì thầy cô đọc cho. Sau đó, chúng bắt đầu tự sáng tạo ra những câu chuyện của riêng mình.

Once the child can speak and read well, they begin to practice writing. The most familiar exercise is to take dictation from the teacher. After that, they begin to create their own stories.

Các công cụ ở chương luyện viết du kích sẽ giúp bạn cải thiện một trong những kỹ năng quan trọng nhất theo ý kiến của tôi: viết lách.

Guerrilla tools for writing will help you improve one of the most essential skills in my opinion: writing.

Nghe nhiều - Nói lắm - Đọc viết hăng say
Listening, speaking, reading, and writing

Đó là bốn bước học ngoại ngữ một cách tự nhiên, giúp bất cứ đứa trẻ nào thành thục tiếng mẹ đẻ và kết nối với những người xung quanh. Nó rất khác so với cách nhiều người đang học tiếng Anh.

These four natural steps help every child master the first foreign language — his mother tongue — and communicate well with others. This is very different from how people often learn their second language.

Đa phần họ học để thi, mà chủ yếu thi viết, thi đọc. Cách làm ngược này giải thích tại sao nhiều người có thể nhận nhiều điểm cao ở trường học thật đấy, nhưng có khi vẫn "đúp" ở trường đời.

Their primary purpose is to pass the exams, including writing and reading. This counterproductive way explains why most people might earn high scores in school but bad scores in life school.

Tóm lại, tiếng Anh hay bất cứ ngoại ngữ nào cũng chỉ là ngôn ngữ, và bản chất của việc thành thạo một ngôn ngữ là sự liên kết mạnh mẽ và trực tiếp giữa "ngôn từ" và "ý tưởng" cần truyền đạt, giữa "quả chuối" với một thứ "dài dài, vàng vàng, sờ mềm mềm".

In conclusion, English, or any language, is just a language. The nature of mastering a language is building strong and direct connections between words and ideas in our head, between "quả chuối" (banana) and a thing that is "long, yellow-colored, soft to the touch."

Nếu bạn đã thành thục tiếng mẹ đẻ thì mọi lý do khiến bạn nghĩ rằng mình không thể học ngoại ngữ nào mới chỉ là ngụy biện.

If you can master your mother tongue, then it is such a lie to say that you cannot learn any new foreign language.

Với các công cụ du kích dựa trên nền tảng đơn giản mà sâu sắc này, tôi tin rằng hành trình học tiếng Anh hay bất cứ ngoại ngữ nào của bạn cũng sẽ mang lại những kết quả tốt đẹp hơn.

With the help of these guerrilla tools based on the profound and simple foundation above, I believe that your quest to learn English or any language will bring about better results.

Cùng nhau, chúng ta sẽ chinh phục một mục tiêu rõ ràng và đầy cảm hứng: Nâng trình độ tiếng Anh (hoặc bất cứ ngoại ngữ nào) của bạn tới mức ngang bằng (hoặc hơn) trình độ tiếng mẹ đẻ!

Together, we will achieve this clear and inspirational goal: Improve your English (or any language) to a level that is as good as your mother tongue (or even better!)

Bạn còn chờ gì nữa? Hãy lật sang trang và khám phá những công cụ du kích sẽ giúp bạn chinh phục lần lượt từng kỹ năng: nghe, nói, đọc, viết, thậm chí... thi cử. Hãy biến ngoại ngữ bạn đang học trở thành tiếng "bố đẻ" của bạn!

What are you waiting for? Just turn to the next page and reveal the guerrilla tools that will help you conquer each skill: listening, speaking, reading, writing... and even taking exams. Let's make the foreign language you are learning become your father tongue!

#1

100 lần 1 phút hơn

1 lần 100 phút

100 times 1 minutes, better than 1 times 100 minutes

"Chúng ta có hai cái tai và một cái miệng, là để lắng nghe nhiều hơn là nói chuyện." ~ Zeno.

Đáng ra bạn đã là cao thủ nghe tiếng Anh!

You are supposed to be a master in (English) listening!

Hãy hình dung bạn đang nghe một đoạn tiếng Anh và có vài từ mà bạn nghe mãi không ra. Bạn nghĩ chúng là từ lạ hoắc nào đó, nhưng khi nhìn phụ đề, bạn ngạc nhiên. Cảm giác cứ như là gặp lại ai đấy mà không nhớ tên của họ vậy. Bạn đã từng gặp hầu hết các từ này ở đâu đó.

Imagine that you are listening to an English conversation, and there are some words you can't recognize. You think they must be totally new to you. However, looking at the transcript makes you surprised. It's like meeting someone again without remembering their name! You've seen most of them somewhere.

Bạn thấy tình huống này quen không? Bạn có biết tại sao không?

Does this situation sound familiar to you? Do you know why?

Lý do rất đơn giản. Nếu bạn đã dành thời gian với ai đó đủ nhiều, bạn sẽ không chỉ nhớ tên họ, mà còn có thể dễ dàng nhận ra họ trong bất kể đám đông nào.

Tương tự, bạn có thể đã gặp từ vựng ấy, nhưng nếu chưa dành thời gian luyện nghe từ đó đủ nhiều, thì tất nhiên là sẽ rất khó để nhận ra nó trong một câu mới.

The reason is simple. If you spend enough time with a person, remembering their name would be easy. You could even easily recognize them in any crowd. Similarly, you might have seen that word in the past, but if you don't spend enough time listening to it, you'll have trouble recognizing it in a new sentence.

Để luyện nói, bạn cần có ai đó sửa cách phát âm. Để luyện viết, bạn cần có ai đó sửa chính tả. Sự thật là luyện nghe rất dễ, vì bạn luôn có thể có sẵn đáp án. Thứ duy nhất bạn cần là thời gian mà thôi.

To speak well, you might need someone to correct your pronunciation. To write well, you might need someone to correct your grammar. Listening is the easiest skill to practice since you can always check the answer yourself. The only thing you need is to spend more time listening.

Có thể bạn tự hỏi, "Lại thêm thời gian tập nghe ư? Tôi đã dành nhiều thời gian nghe nhạc, xem phim... vẫn chưa đủ sao?"

Antonio từng nói với tôi rằng, để bắt đầu quen tai với một ngoại ngữ nào đó, bạn cần dành 800 giờ nghe. Giả sử một người xem mỗi tuần một bộ phim nước ngoài trong suốt 10 năm qua. Nếu mỗi bộ phim dài 100 phút, thì họ sẽ có tổng cộng 10 năm x 52 tuần x 100 phút là 52.000 phút nghe, tương đương với 867 giờ!

Vậy đáng ra trên lý thuyết, họ phải kỹ năng nghe cao siêu rồi chứ? Tại sao nhiều khi có những từ đơn giản họ cũng không nhận ra?

Vấn đề không phải ở số phút bạn xem phim, mà là ở số phút bạn dành cho mỗi từ. Cứ cho là tất cả từ vựng trong phim nằm trong danh mục 10.000 từ thông dụng nhất, vậy tính ra trung bình bạn sẽ dành 52.000 phút / 10.000 từ = 5,2 phút cho một từ.

What matters is not the total amount of time spent watching movies but the amount of time you spent on each word. Let's say that all the words in movies are listed in the 10,000 most common English words, then on average, you will spend 52,000 minutes / 10,000 words = 5.2 mpw (minutes per word).

Trong thực tế, con số này chắc chắn nhỏ hơn gấp nhiều lần, vì đâu phải trên phim người ta nói liên tục, nên thời gian luyện nghe sẽ ít hơn. Rồi nội dung mỗi phim mỗi khác, nên tỉ lệ gặp lại của một từ nào đó sẽ rất thấp. Nếu tính chi li, 10 năm xem phim, bạn may ra chỉ dành 1 phút cho 1 từ là cùng. Quá ít để có thể hình thành phản xạ!

In fact, this number will definitely be smaller. First, people don't talk all the time in the movies, so the listening time is shortened. Second, each movie has different content, so the chance of meeting one particular word will be slim. Therefore, 10 years of watching foreign movies will bring us a maximum of 1 mpw. It's too little to make an impression on our brains!

Trong khi đó, có một cách khác đơn giản hơn để có được thành tựu 1 mpw. Đó là bạn tìm một clip tiếng Anh dài 1 phút, có 100 từ thông dụng, rồi xem đi xem lại 100 lần. Sau một phép tính nhỏ, bạn sẽ thấy chúng ta chỉ cần mất 100 phút mà đã có ngay 1 mpw, tương đương với thành tựu của một người 10 năm xem phim!

Meanwhile, there is a simpler way to get 1 mpw. Just open a clip that is 1 minute long and includes 100 common words, then watch it repeatedly 100 times. Do the math, and you will see that we only need 100 minutes to get the result of 10 years of watching movies.

Do đó, bí quyết luyện nghe tiếng Anh du kích là: Trăm lần một, hơn một lần trăm. Thà xem 100 lần clip 1 phút, còn hơn xem một lần clip 100 phút. Cách này sẽ giúp bạn tiết kiệm thời gian hơn, và mang lại kết quả tốt hơn.

Therefore, the secret of Guerrilla listening skill is 100 times 1 minute, better than 1 time 100 minutes.

Watching a one-minute clip 100 times is better than watching a 100-minute movie for only one time. This technique will save you time and bring about better results.

Có thể bạn nói việc xem đi xem lại một clip sẽ gây nhàm chán. Tôi đồng ý, song hãy nhớ: Nhàm chán là một dấu hiệu cho thấy những từ ấy đã trở nên vô cùng quen thuộc, và đó cũng chẳng phải là một dấu hiệu cho thấy ta đang sắp sửa thành thục một ngoại ngữ hay sao?

You might say that watching something over and over again is very boring. I agree, but please remember: Boring indicates that something is becoming familiar. New words are becoming familiar. Is it a sign that proves we are on the way to mastering the language?

Mà bạn cũng có thể yên tâm. Hai gợi ý dưới đây sẽ giúp việc nghe tiếng Anh trở nên thú vị hơn. Tôi thề đấy!

You can rest assured. Because the suggestions below will make practicing listening more interesting. I swear!

Học nghe từ những bậc thầy diễn thuyết
Learning from master presenters

"Những ai luôn biết mình nói gì thì sẽ không cần tới
Powerpoint." ~ Steve Jobs

Thực ra, clip 1 phút với 100 từ chỉ là ẩn dụ để giúp
bạn hiểu nguyên lý luyện nghe hiệu quả là hãy nghe
nhiều lần những clip ngắn sẽ tốt hơn nghe clip dài.
Thực tế, rất khó để tìm các clip có 100 từ mới trong 1
phút, nên tôi hay chọn những bài nói ngắn của các
diễn giả nước ngoài, và nghe đi nghe lại đều đặn
trong 2-3 tuần liên tục.

A one-minute clip with 100 words is just a metaphor for you to understand the principle: Listening to a short clip several times is better than a long clip for one time. In fact, one-minute clips with 100 new words are rare, so I often look for short speeches by foreign speakers and listen to them regularly for two or three weeks.

Tôi ưa chuộng các clip này vì các diễn giả chuyên nghiệp thường cố gắng sử dụng từ ngữ chuẩn để đảm bảo công chúng ai cũng hiểu. Hơn nữa, bài nói chuyện của họ thường được chuẩn bị công phu, nên mỗi một lần xem lại là một lần bạn học hỏi được thêm điều gì đó.

I prefer these clips because most professional speakers choose their words carefully to make sure that everyone can understand them well. Moreover, these speeches are often well-prepared, so each time you watch is a chance for you to learn something new.

Một điều thú vị là nếu xem các clip này tới hàng trăm lần, bộ não cũng sẽ học hỏi các động tác cơ thể và cách nói chuyện của diễn giả. Sẽ đến một lúc nào đó khi thuyết trình, bạn cũng sẽ thấy mình tự tin và diễn xuất chuyên nghiệp y như họ.

An interesting thing is that if you watch these clips repeatedly, your brain will study both the body language and the speaker's style. Soon you will find yourself making presentations confidently like those professional speakers.

Để có những clip này, bạn hãy lên TED.com, một kho clip thuyết trình hay và hoàn toàn miễn phí. Điều tôi thích ở TED không chỉ là các clip được phân loại theo chủ đề và thời lượng, mà họ còn cung cấp phụ đề nhiều thứ tiếng, vô cùng hữu ích cho việc luyện nghe.

To find these clips, just visit TED.com, a huge collection of inspirational speeches, totally FREE. I prefer TED because not only do they categorize clips by topic and length, but they also provide transcripts in many languages, which are extremely useful for listening practice.

Chẳng hạn, bạn có thể quét mã QR dưới đây để xem Clip của Gabriel Wyner, tác giả sách Fluent Forever, chia sẻ lý do tại sao nhiều người lại vất vả khi học một ngôn ngữ mới như thế, cũng như cách giúp ông thành thạo tiếng Pháp trong 5 tháng, tiếng Nga trong 10 tháng, và đang tiếp tục chinh phục vài ngoại ngữ khác.

For example, you can use the QR link below to watch a clip by a TED talk speaker, Gabriel Wyner, the author of the book Fluent Forever. He shared why so many people struggled in studying new languages and how he learned French to fluency in 5 months and then Russian in 10 months.

fususu.com/ted/whylanguagehard

Ngoài ra, bạn có thể đưa cho cô Y mật khẩu là "Toastmaster Champion Clip" hoặc "Vô địch diễn thuyết" để xem clip của các nhà vô địch thuyết trình thế giới. Nếu may mắn, bạn sẽ xem được kha khá clip miễn phí trên Youtube.

Besides this, you can also give Ms. Y the password "Toastmaster Clip" or "World Champion of Public Speaking" to watch the clips of world champion presenters. If you are lucky enough, you can watch many of them for free on Youtube.

Bản thân tôi đã đầu tư bộ DVD clip diễn thuyết vô địch thế giới Toastmaster hơn 25 năm qua, và nhờ người nước ngoài làm phụ đề. Thật đáng đồng tiền bát gạo, hiện tôi vẫn xem đi xem lại những clip ấy và được truyền cảm hứng mỗi ngày.

I bought a DVD set which included all 25 years of world champion presentation clips and had a native speaker make the subtitles. The price was high, but the value was worth it. Watching them daily makes me feel inspired.

Lưu ý: Có thể nhiều nơi sẽ khuyên bạn "tắm ngôn ngữ", tức là cứ nghe hoặc xem mà không cần phụ đề, cũng không cần hiểu. Nhưng với kỹ thuật nghe du kích, thì trong những lần đầu tiên, hãy cứ xem phụ đề tiếng Anh (hoặc tiếng Việt).

Note: Some suggest you should "bathe" the language, which means just watching or listening without subtitles, without understanding anything. However, in Guerrilla Listening, you should read the subtitles for the first few times (either in English or Vietnamese).

Vì nếu bạn không hiểu những gì diễn giả nói, thì một là bạn có thể cảm thấy khả năng nghe của mình thật tệ, hai là các từ bạn nghe sẽ không được liên kết với hình ảnh nào trong bộ não. Điều này sẽ không mang lại hiệu quả như đã phân tích trong chương trước.

Because if you don't understand what the speaker is talking about, you will feel bad about your listening skills. Moreover, the spoken words will not associate with any ideas in your head, and won't bring you the benefits that we discussed before.

Do đó, hãy đọc phụ đề trước khi xem clip, nó sẽ giúp gia tăng kết nối mạnh mẽ giữa ý tưởng trong đầu bạn và các từ đã được nói ra.

So, if possible, read the subtitles before watching the clips. This will help strengthen the connection between the ideas in your head and the spoken words.

Ngoài ra, clip chỉ là để xem những lần đầu để thưởng thức, còn để luyện nghe thực sự thì bạn nên chuyển chúng thành định dạng âm thanh (.mp3), rồi chép vào điện thoại để có thể nghe đi nghe lại bất cứ lúc nào.

Besides, watching clips is just for enjoyment. To practice listening, you should convert them into audio files (.mp3), then transfer them to your mobile to practice anytime, anywhere.

Chỉ cần đưa cho Mr. G từ khóa "Youtube mp3", bạn sẽ thấy có rất nhiều công cụ có thể giúp bạn download clip trên Youtube dưới dạng âm thanh.

Just give Mr.G this password "Youtube mp3", and you will see many tools out there that can help you download clips on YouTube in audio format.

Sau một thời gian nghe đi nghe lại một clip trong 2-3 tuần, bạn hãy thử một clip khác mà không cần xem trước phụ đề. Lúc này, bạn sẽ phải ngạc nhiên vì khả năng nghe của bạn đã lên một tầm mới đấy!

After practicing with one clip for 2-3 weeks, you can try a new clip without reading the transcription or subtitle. You might be surprised because your listening skill has been upgraded to a new level.

Tăng trình ngoại ngữ ngay cả khi ngủ

Improve your English skills even when you are sleeping

"Làm khi họ NGỦ. Học khi họ CHƠI. Tiết kiệm khi họ TIÊU. Rồi sống như là họ MƠ." ~ Ngạn ngữ

Nghe tiếng Anh mỗi ngày rất tốt, nhưng hầu hết mọi người đều không có thói quen này. Lý do phổ biến là "Tôi không có thời gian". Thực tế là đó chỉ là một cách giải thích hợp lý cho việc khi rảnh, họ đã làm những chuyện khác, chứ không phải học tiếng Anh.

Listening to English daily is very good, but most people don't have this habit. The most common reason is "I don't have time." Actually, it's an excuse to hide the truth: when they have time, they do something else, not study English.

Hãy nhớ rằng thời nay ai cũng bận rộn cả, nên hơn nhau chỉ là bạn đã tận dụng thời gian như thế nào mà thôi. Một trong những bí quyết hiệu nghiệm nhất của tôi là bạn hãy chia nhỏ thời gian luyện nghe tiếng Anh, và liên kết nó với một thói quen hàng ngày của bạn.

Please remember that everyone is busy in our modern world, so what makes you different from others is how you use your time. One of my best tips is to split practicing time into small chunks, then associate them with your daily habits.

Chẳng hạn, ngay khi thức dậy, hãy tranh thủ xem ngay một clip thuyết trình cảm hứng thay vì ngủ nướng thêm vài phút. Sau khi bật nước nóng để tắm, thay vì chờ đợi, hãy bật một bản nhạc tiếng Anh lên để nghe, v.v..

For example, right after you wake up, you can play an inspirational speech instead of sleeping in for a few more minutes. Right after you turn on the hot water for the shower, you can play an English song instead of waiting, etc...

Hoặc bạn có thể áp dụng chiến thuật thú vị sau đây để vừa có những giấc ngủ ngon hơn, mà trình độ tiếng Anh còn được cải thiện ngay trong khi bạn đang ngủ. Giấc ngủ chiếm 1/3 cuộc đời, nếu không tận dụng nó thì thật lãng phí phải không nào?

Or you can apply the interesting strategy below to sleep better and improve your English simultaneously. Do we spend one-third of our lifetime sleeping? It's wonderful if we can use that time to improve our skills, right?

Việc học trong khi ngủ, hay còn gọi là Hypnopedia không mới. Nhiều nghiên cứu từ năm 1965 đã chỉ ra nó hoàn toàn khả thi. Bằng chứng rõ ràng nhất là một nghiên cứu gần đây của Thụy Sĩ.

Learning while sleeping, aka Hypnopedia, is not new. Research since 1965 has shown that it's totally possible. The strongest evidence is recent research from Switzerland.

Nhà tâm lý học Björn Rasch đã thực hiện thí nghiệm trên 60 sinh viên người Đức, được chia làm hai nhóm. Cả hai nhóm được yêu cầu học thuộc một danh sách từ mới tiếng Hà Lan. Một nhóm thì học bằng cách nghe trong khi ngủ, nhóm còn lại thức để học theo cách thông thường. 4 tiếng sau, ông cho họ làm bài kiểm tra và ngạc nhiên khi phát hiện thấy nhóm học trong khi ngủ có kết quả ghi nhớ tốt hơn!

Psychologist Björn Rasch conducted an experiment on 60 German students. He divided them into two groups and asked them to memorize a list of new words in Dutch. One group learned by listening while sleeping; the other learned the usual way. 4 hours later, he gave them a test and surprisingly found that the group that studied while sleeping had better results!

Nhiều nghiên cứu khác cũng cho thấy trong lúc ngủ, bộ não của bạn vẫn hoạt động. Nó giống như cô thủ thư, chăm chỉ sắp xếp thông tin bạn thu nạp và quyết định xem sẽ giữ lại cái nào quan trọng.

Other research also showed that our brain still functions while we sleep. It is like a hard-working librarian doing the sorting in your brain, deciding which information is important enough to keep.

Điều đáng lưu ý là thường thì những thông tin bạn nạp ngay trước lúc ngủ, sẽ "lọt vào mắt xanh" của cô thủ thư não bộ này. Đó là gợi ý tuyệt vời để chúng ta có thể luyện tiếng Anh.

One important note is that this brain librarian often pays more attention to the information captured right before you go to bed. This is a great suggestion for us to improve our English.

Đa số các thiết bị di động bây giờ đều hỗ trợ chức năng Time Sleeper, tự động tắt nhạc sau một thời gian nhất định. Lúc này bạn có thể thay thế bản nhạc bằng audio học tiếng Anh: bài nói, sách nói... hoặc truyện cổ tích bằng tiếng Anh.

Most modern mobile devices support Time Sleeper which helps you automatically turn off the music after a period of time. You can replace the music with educational audios that improve your English skills. E.g. A speech, an audiobook or even fairy tales.

Tôi thì thường dùng các "audio ru ngủ".

I prefer "guided sleeping audio".

Ngày xưa, tôi rất khó ngủ. Nằm trên giường, tâm trí tôi tràn ngập những suy nghĩ. Sáng hôm sau, thức dậy uể oải như Zombie. Nhưng nhờ những audio đặc biệt này, tôi đã có thể ngủ ngon trong 10 phút. Chưa kể là khả năng nghe tiếng Anh cũng được cải thiện rất nhiều.

A long time ago, I had trouble sleeping. Lying in bed, my head was overwhelmed with thoughts. The next morning, I woke up feeling like a zombie. Those special audios helped me fall asleep within 10 minutes, and my listening skills have improved greatly.

Bạn hãy đưa mật khẩu "Guided sleeping audio" cho cô Y để có ngay một kho những "audio ru ngủ" thú vị mà miễn phí. Còn nếu sẵn sàng đầu tư cho những audio được thiết kế chu đáo với chủ đề phong phú, bạn có thể tham khảo BrainSync.com.

You can give Ms. Y the password "guided sleeping audio" then download a bunch of interesting and free guided-sleep audios. If you want well-designed audios with more topics, take a look at BrainSync.com.

Sau này, tôi cũng thiết kế những audio chứa hàng trăm câu nói tích cực bằng tiếng Anh, kèm nhạc nền du dương. Chúng sẽ giúp bạn vừa có giấc ngủ ngon, vừa cải thiện tiếng Anh, và cài đặt tư duy tích cực để đón nhận những kết quả tuyệt vời trong cuộc sống. Bạn có thể quét mã QR ở dưới để tải về thưởng thức nhé.

Later, I designed many audios which included hundreds of positive confirmations in English, along with smoothing relaxing music. They will help you get better sleep, improve your English, and install positive thoughts into your subconscious mind to get better results in life. You can use the QR link below to enjoy.

fususu.com/400-cau-tieng-anh-hay-tu-tin-thanh -cong/

Trăm nghe không bằng "tai quen"

It's better to get familiar with a few common words.

Tới đây, có thể bạn băn khoăn, "Nếu vậy thì chúng ta không nên sử dụng những phương tiện như phim ảnh để học tiếng Anh ư? Thế còn các chương trình học tiếng Anh qua phim thì sao?"

At this point, you may wonder, "In that case, we shouldn't use movies to study English, should we? How about those programs which use movies as material to study English?"

Mục đích chính của phim ảnh là để làm gì? Chúng là để giải trí, nên cho dù bạn có tận dụng kiểu nào đi chăng nữa, thì nói thật là bạn cũng sẽ rất dễ bị cuốn khỏi mục tiêu học tập ban đầu, và lúc đó học tiếng Anh... chỉ là cái cớ để xem phim hết tập này sang tập khác.

What is the main purpose of movies? They are for entertainment. Therefore, no matter how well you take advantage of them, you are always easily distracted from the initial goal. Then studying English becomes a perfect cover for watching movies continuously.

Còn với các chương trình học tiếng Anh qua phim, chúng được thiết kế với mục đích để học tập thì là chuyện khác. Nếu bạn google từ khóa "Fususu tiếng Anh qua phim" bạn sẽ thấy một Blog tôi phân tích chi tiết vấn đề này, kèm 3 cách áp dụng hiệu quả.

About those programs which use movies as English material, it's a different story. If you google the keyword "fususu tiếng Anh qua phim," you'll find a blog where I wrote about this issue in detail, along with three ways to apply it effectively.

Tóm lại, trăm nghe không bằng tai quen. Thay vì nghe thật nhiều mà không chọn lọc, hãy sưu tập một vài audio thật chất lượng rồi nghe đi nghe lại. Thay vì biết thật nhiều từ mới, hãy tập trung vào những từ và mẫu câu thông dụng rồi luyện tập để chúng trở nên cực kỳ quen thuộc. Bạn sẽ thấy hiệu quả rất khác biệt!

In short, it's better to get familiar with a few common words instead of listening to thousands of strange words. Instead of listening to everything, listen to a few good audios repeatedly. Instead of learning every word, practice with common words and sentences until they become your best friends. You will see great results!

Đọc tới đây, tôi tin rằng bạn đã hiểu hơn rất nhiều về bản chất của ngoại ngữ, cũng như cảm thấy tự tin hơn về hành trình sắp tới. Thông thường tới mỗi cuối chương, chúng ta nên tổng kết lại những gì đã thảo luận, cũng như các việc cần làm. Tôi có nên làm vậy không?

Until now, you have understood more about the nature of foreign languages and may also feel more confident about the upcoming journey. Normally, at the end of each chapter, we should summarize what we have discussed and what you need to do. Should I do that?

Thành thật mà nói, việc đọc phần tổng kết của tôi sẽ không hiệu quả bằng việc bạn đặt sách xuống, rồi tìm cách ứng dụng ngay một công cụ nào đó mà bạn cảm thấy hứng thú trong chương này.

Honestly, reading my summary won't help you as much as putting the book down and trying to apply the most inspiring technique you've found in this chapter.

Song nếu bạn muốn đọc tiếp thì cũng không sao. Thật ra bạn nên làm như thế, hãy đọc một lượt cuốn sách để nắm bắt tư tưởng của cách học ngoại ngữ du kích nói chung và tiếng Anh nói riêng.

However, it's okay for you to keep reading. It would be best if you did that—read the whole book to understand the Guerrilla tools for learning foreign languages in general and English in particular.

Ở trang bên, tôi đã dành hẳn một khoảng trống cho bạn viết ra những ý tưởng bạn tâm đắc trong chương vừa rồi, hoặc ghi lại những điều bạn định làm sau khi đọc xong cuốn sách. Hãy viết thứ gì đó!

On the next page, I have saved a space for you to write down the ideas you like from this chapter or something you plan to do after finishing this book. Just write something!

#2

HÃY LÀ OUCHMASTER

Be an OuchMaster!

"Ngay cả khi ngã dập mặt, bạn vẫn đang tiến về phía trước!" ~ Victor Kiam

Cứ nói đi, nhầm thì sửa!

Just speak, fix later!

"Ppaa ppb baa..." đứa bé cất tiếng nói đầu tiên trong đời.

"Sai rồi con!" người cha quát ầm lên.

"Ppaa ppb baa..." the baby said the first word in his life.

"Wrong!" His father yelled.

Bạn nghĩ chuyện gì sẽ xảy ra sau đó?

What do you think would happen next?

Đứa bé sẽ nghĩ "Ôi! Mình thật kém cỏi!" và câm nín suốt cả đời? Không, nó sẽ tiếp tục nói "paaaa ppbaa", "paa pbaa"... cho tới khi từ "papa" hoàn hảo xuất hiện.

Would the baby think, "Oh, I'm so terrible!" and keep silent for the rest of his life? No, every baby would keep saying, "paaaa ppbaa", "paa pbaa" until the perfect "papa" appeared.

Nếu mỗi lỗi sai là một lần vấp ngã (và kêu Ouch), thì những đứa trẻ không sợ những cái Ouch, chúng nhanh chóng đứng dậy. Có lẽ ông trời đã khắc vào gen di truyền của chúng một câu: "Vấp ngã cũng chỉ là một cách để tiến về phía trước nhanh hơn mà thôi!"

If we consider each mistake as falling and yelling "Ouch!", you will see that children are not afraid of "the ouches." They stand up quickly and keep walking. I believe God has imprinted this quote in their genes: "Falling is just a way to move forward faster!"

Này, mà chúng ta chẳng phải đều từng là trẻ con? Đúng rồi, chúng ta từng không sợ ngã, không sợ Ouch. Bởi vì thế nên chúng ta học hỏi rất nhanh, chúng ta liên tục trưởng thành và tiến bộ.

Hey, weren't we children once? Yes, we weren't always afraid of falling. We did not fear the ouch. The ouches helped us grow up. They helped us move forward.

Cho tới một ngày, chúng ta bắt đầu sợ ngã và quá trình học hỏi bắt đầu chậm lại bởi những điều mà chúng ta tự nói với bản thân, "Tôi không có năng khiếu", "Tôi nói không tốt lắm", "Thôi để lần khác", v.v...

One day, something happened, and we started to fear the fall. The learning process was slowed down because we told ourselves, "I don't have talent", "I'm not good enough", "Let's do it next time", etc.

Nếu như cần ít nhất 800 giờ nghe để bộ não bắt đầu "quen tai" với một ngoại ngữ, thì tôi tin rằng bạn cần tối thiểu gấp đôi, tức là ít nhất 1600 giờ, để có thể "quen miệng" và nói thành thục.

Suppose it takes us at least 800 hours of listening to get familiar with a foreign language. In that case, I believe it will take double, at least 1600 hours, to speak that language fluently.

Do đó, nếu bạn còn sợ phát âm sai và không bắt đầu nói từ hôm nay, thì bao giờ mới tích đủ số giờ "ít ỏi" đó? Sai lầm lớn nhất mà người ta có thể mắc, là cố gắng không mắc bất cứ một lỗi sai nào. Hãy dũng cảm lên, và trở thành OuchMaster! (bậc thầy Ouch)

So, if you are still afraid of wrong pronunciation and do not open your mouth to speak now, how can you reach that "small" number? The biggest mistake that people can make is trying not to make one. Be courageous, be an "OuchMaster"!

Tin vui là trong suốt 1600 giờ tập nói đó, bạn không cần phải phát âm thật hoàn hảo, song bạn cần một hình mẫu chuẩn để bắt chước. Trẻ con học nói bằng cách bắt chước bố mẹ chúng, bạn cũng cần có sự trợ giúp từ người bản xứ để học hỏi.

The good news is during those 1600 hours, you don't have to pronounce every word perfectly, but you need to learn from a good model. Children learn to talk by repeating what their parents say. You also need to learn from native speakers.

Tuy nhiên, sẽ thật kì quặc nếu bạn cứ lẽo đẽo theo sau người nước ngoài và nhại lại mọi thứ họ nói. Vậy phải làm sao? Đã tới lúc mở chiếc hòm bí mật chứa đựng những công cụ tập nói du kích!

However, it would be weird to follow foreigners all day and repeat every word they say. So what should we do? It's time to open the box of Guerilla Tools for Speaking!

Đừng sợ sai, cứ nghe và nhại!

Don't be afraid, just listen and repeat!

"Sai lầm lớn nhất bạn có thể mắc là quá sợ hãi việc mắc sai lầm!" ~ Ngạn ngữ.

Còn nhớ một kỳ nghỉ hè nọ, tôi được mẹ cho tới nhà dì tại Hải Phòng để chơi. Từ "chơi" ở đây hơi xa xỉ, vì tôi suốt ngày chỉ ngồi ôm cái Tivi. Tuy thế, tôi đã làm một việc đơn giản mà không hề biết nó sẽ ảnh hưởng sâu sắc tới việc học ngoại ngữ của mình mãi mãi.

On a summer holiday, my mother sent me to my aunt's home in Hai Phong city to play. The word "play" was exaggerated because I watched television all day. However, I did something without knowing that it would change my way of learning foreign languages forever.

Lúc đó cũng là khoảng thời gian tôi phải học lại tiếng Anh vỡ lòng, mà không hiểu sao tôi có thể ngồi xem kênh History Channel với 100% tiếng Anh liên tục trong vòng 3 ngày. Có lẽ là do cái điều khiển Tivi bị hỏng khiến tôi không tài nào chuyển sang kênh khác được.

At that time, I was learning English from scratch. So I couldn't explain how I could continuously watch the History Channel with 100% in English for three days. I guess it was because of the broken remote control, which prevented me from switching to other channels.

Người ta nói xem TV nhiều mà không làm gì, sẽ dẫn tới béo phì. Nên tôi đã nghĩ ra một việc để làm trong lúc xem TV. Đó là vừa xem vừa nói lại y hệt (còn gọi là "nhại lại") lời của phát thanh viên. Ban đầu khá khó khăn vì họ nói nhanh, nhiều chỗ không bắt kịp, nhưng tôi cứ cố.

People said that watching television and doing nothing would lead to obesity, so I figured out something to do, which was repeating after the narrators. It was hard at first because they spoke so fast, but I tried to follow, omitting the words I couldn't catch.

Tới ngày thứ ba, tôi phát hiện ra hai điều thú vị. Đầu tiên, dù không hiểu gì cả, nhưng tôi có thể nhại 99% những gì phát thanh viên vừa nói. Kế đến, tôi bắt đầu nhận ra và đoán được nghĩa một số từ mà không cần từ điển. Đó là điều kì diệu nhất xảy ra với tôi từ trước giờ!

On the third day, I discovered two interesting facts. First, although I did not understand anything, I could repeat 99% of what the narrators had just spoken. Second, I began recognizing some familiar words and could guess their meanings without using a dictionary. It was the most amazing thing that ever happened to me!

Kể từ đó, tôi có một thói quen là hễ cứ nghe ngoại ngữ là nhại lại ngay trong đầu. Cho tới một ngày, tôi nhận ra việc nói tiếng Anh cũng không khó như mình tưởng. Tôi nhận ra, nếu như tập nghe đòi hỏi bạn phải hiểu để tạo liên kết trong bộ não, thì việc tập nói sẽ hơi khác một chút.

Since then, I developed a habit of repeating what I had heard in my head when listening to a foreign language. One day, I discovered that speaking was easier than I thought. If listening training requires you to understand what you've heard to make the association in your brain, then speaking training is slightly different.

Bạn hoàn toàn có thể kết hợp bài tập này với các công cụ ở chương trước. Sau khi nghe xong audio vài lần, hãy bắt đầu nhại lại người nói, càng giống càng tốt, từ tốc độ, giọng điệu cho tới cách nhấn nhá. Nếu xung quanh không có ai, bạn có thể nói thành tiếng, còn nếu bạn ngại thì có thể nói thầm, miễn là bạn phải nói!

You can combine this tip with some guerrilla tools in the previous chapter. After listening to an audio a few times, repeat everything that comes to your ears. Try to imitate the speaker's speed, tone, and accentuation. If there is nobody around, you can speak aloud. If you are shy, you can whisper. Just speak anyway!

Bật mí cho bạn một bí mật. Mẹo này cũng đã giúp tôi và những đồng nghiệp của mình tự tin thuyết trình đầy cảm hứng trước cả trăm người.

Let me tell you a secret. This tip helped me and my old colleagues to be able to make inspirational presentations for hundreds of people.

Ngày xưa, chúng tôi đã mang laptop ra bờ sông, bật clip của một nhà vô địch diễn thuyết thế giới lên, rồi tay thì khua, chân thì múa, mồm thì nói. Chúng tôi làm y hệt những gì vị diễn giả đang làm. Cảm giác lúc ấy thật sung sướng, như thể chúng tôi đang diễn thuyết và truyền động lực mạnh mẽ... khiến mấy cái sà lan dưới sông di chuyển!

We used to bring our laptops to the river bank, watch a world champion public speaking clip, and then move our hands, bodies, and mouths. We tried to do what the speaker did. It was such a wonderful moment. We felt like our speeches had motivated the barges in the river and made them move!

Một lưu ý là có thể ban đầu bạn sẽ không bắt kịp người nói. Đừng lo lắng! Điều quan trọng nhất khi bạn tập nói là gì? Chẳng phải là nói sao? Đừng nghĩ quá nhiều, hãy cứ nói, nói, và nói. Nói sai cũng không sao, vì càng những lần tiếp theo, bạn sẽ càng phát âm tốt hơn.

Please note that you may not be able to keep up with the speaker at first. Don't worry! What is the most important thing while practicing speaking? It is speaking! So, do not think too much. Just speak, speak, and speak. Wrong pronunciation is okay, and you will pronounce it better next time.

Mấu chốt ở đây là nghe, bắt chước thật nhanh, nói thật nhiều cho tới khi bạn có thể nói mà không cần suy nghĩ. Bản chất của việc nói tốt là bạn nói thật nhiều, cho tới khi thành thạo các mẫu câu thông dụng. Do đó, kỹ năng nói có giỏi hay là không, hoàn toàn không phụ thuộc vào việc bạn tự học, hay là đi học ở trung tâm.

The key here is to listen and repeat as quickly as you can. Spend time speaking as much as possible until you can do it without thinking. The nature of well-spoken English is to speak and speak until you have mastered common phrases. Therefore, your speaking ability does not depend on where you study, at home or an English center.

Cứ cho là với 2 tiếng ở lớp, giáo viên cho bạn luyện nói 20 mẫu câu khác nhau. Tính ra bạn sẽ dành 6 phút cho mỗi mẫu câu. Trên thực tế, vì lớp còn nhiều hoạt động khác nữa, bạn sẽ không thể nói liên tục

nên con số này chắc chắn sẽ ít hơn, khoảng 2 phút là cùng. Quá ít!

Suppose you have a 2-hour class at an English center and learn 20 new phrases, so you have 6 minutes for each. In fact, many different class activities may interrupt and make it hard for you to practice these phrases continuously. Therefore, the actual time is significantly less than 2 minutes. It's too little!

Điều này giải thích tại sao nhiều người mãi không nói được tốt tiếng Anh mặc dù đã đi học hết lớp này tới lớp kia. Trong khi đó, chỉ cần bạn có một thiết bị nghe Mp3 và một loạt file audio thích hợp, là có thể tập nói liên tục, mà hiệu quả gấp nhiều lần.

This explains why many people spend so much time on English courses, but their speaking skills are still poor. On the other hand, with the help of an Mp3 device and proper audio files, you can practice speaking uninterruptedly and get better results.

Tốc độ nói của các diễn giả khoảng 100 từ/phút, và giả sử cứ 10 từ tạo thành một mẫu câu, đổi ra sẽ là 10 câu/phút. Vậy nếu bạn dành hai tiếng để nghe và nhại chỉ với clip dài một phút thôi, là bạn đã có 120 /

10 = 12 phút cho một mẫu câu. Gấp 6 lần so với tính toán khi học trên lớp giao tiếp! (mà quá trình luyện tập không bị gián đoạn)

A speaker normally talks at the speed of 100 words per minute. If there are 10 words in a phrase, then the average speed is 10 phrases per minute. So, spending 120 minutes watching a one-minute clip will bring you the result of 120 / 10 = 12 minutes per phrase, 6 times longer than the time at the English class above!

Tôi không phủ nhận các lớp giao tiếp tiếng Anh ở trung tâm, chúng có lợi ích riêng. Tôi chỉ muốn nói rằng, nếu bạn biết phương pháp và quyết tâm tự học, thì không gì là không thể.

I'm not against going to English centers; they have their benefits. What I am trying to say here is if you have the determination and a proper method, nothing is impossible.

Bạn có thể áp dụng cách này cho những clip mình yêu thích để tự tin hơn khi nói chuyện về các chủ đề đó bằng tiếng Anh, hoặc áp dụng cho 1000 mẫu câu thông dụng để thấy mình giao tiếp tốt đột biến.

If you use this tool with your favorite clips, you will speak confidently about your favorite topics in English. Using this tool with the 1000 common phrases will skyrocket your communication skills.

Hãy là một Ouchmaster!

Be an Ouchmaster!

Tóm lại, đừng sợ sai. Nếu mỗi lỗi sai là một lần vấp ngã, thì đó cũng chỉ là một cách giúp bạn lao về đích nhanh hơn mà thôi.

In conclusion, don't be afraid of making mistakes. If each mistake is falling forward, then it is just a way to reach your goal faster.

Trước khi đọc tiếp, hãy dành ít phút để ghi lại những điều bạn tâm đắc, cũng như những dự định của bạn để áp dụng.

Before moving forward, please spend a few seconds to write things that impressed you most in this chapter, and your ideas to apply them.

#3

TẬN DỤNG TỐI ĐA CUỐN SÁCH BẠN THÍCH

Make use of your favorite books

"Khủng long không đọc sách, hãy xem điều gì xảy ra với chúng!" ~ Ngạn ngữ

Cuốn sách bạn tâm đắc nhất là cuốn nào?

Thật dễ trả lời phải không? Thế còn đặc điểm Văn học Châu Phi những năm 1969? Một câu hỏi thật là khó.

What are your favorite books? Is this question too easy to answer? How about the features of Africa's literature in 1969? Such a hard question.

Nghĩ mà xem, thường thứ gì bạn thích thì bạn sẽ tự động nhớ rất lâu, thứ gì không liên quan thì bạn sẽ tự động quên, phải chứ? Vậy tại sao không học ngoại ngữ từ chính cuốn sách từng làm bạn say mê?

Think about it. You often memorize things you like most and tend to forget things that don't relate to you, don't you? So why not use the book that you love to study English?

Một cuốn sách nhỏ cũng có ít nhất 20.000 chữ, một cuốn tiểu thuyết nhỏ cũng cỡ 50.000 chữ. Chỉ cần tìm phiên bản tiếng Anh của chúng và đọc đi đọc lại, là bạn thừa đủ vốn từ để dùng cả đời. Song có một vài kinh nghiệm quan trọng mà bạn cần chú ý khi áp dụng cách này.

A small book contains at least 20,000 words. A small novel contains at least 50,000 words. Just read their

English version repeatedly, and you will have enough vocabulary to use for your whole life. However, there are some important notes when you apply this tool.

Trước đây, tôi tậu bộ Harry Potter bản tiếng Anh để áp dụng phương pháp này nhưng chỉ được vài hôm. Lý do là từ mới quá nhiều, việc mở ra, gập lại cuốn từ điển dày cộp làm tôi tốn rất nhiều thời gian. Nhưng chỉ nhờ một thay đổi nhỏ thôi, mà mọi thứ khác hẳn.

A long time ago, I bought the English version of the Harry Potter series and tried to apply this tool, but I gave up after a few days. So many new words, taking me an enormous amount of time just opening and closing the dictionary. Thanks to a small change in how I read, things were different.

Thay vì đọc cả cuốn tiếng Anh, tôi đã đọc từng đoạn của bản tiếng Việt trước, hình dung rõ ràng trong đầu, sau đó mới đọc đoạn tiếng Anh tương ứng. Cảm giác đọc tới đâu, hiểu thấu tới đó mà không cần tra từ điển, thật là sung sướng!

Instead of reading the whole book in English, I first read each small paragraph in Vietnamese, visualized it clearly in my mind, and then read the corresponding paragraph in English. The feeling was great when I could understand everything quickly without a dictionary.

Do vậy, hãy nhớ ba bước kỳ diệu sau:

Therefore, keep these three miracle steps in your mind:

1) Đọc một vài câu tiếng Việt.

Read a few Vietnamese sentences.

2) Hình dung rõ ràng trong đầu.

Visualize it in your mind as vividly as possible.

3) Đọc đoạn tiếng Anh tương ứng.

Read the corresponding English paragraph.

Trong quá trình đọc, bạn có thể ghi chú nghĩa của từ vào ngay bản tiếng Việt. Nó không chỉ giúp tăng khả năng ghi nhớ, mà còn bổ trợ cho khả năng viết sau này. Hoặc bạn đơn giản là cứ đọc, rồi bạn sẽ thuộc những từ được lặp lại nhiều nhất trong sách.

While reading, you can note the English meaning right above the corresponding Vietnamese word. Doing this will help you remember that word and support your writing later. If you are lazy, just read.

Then you will remember the most common words in that book.

Bạn có thể thử thách bản thân với một đoạn dài hơn khi đã tự tin hơn. Mấu chốt của cách này là phải hình dung ra được những gì tác giả miêu tả, sau đó đọc đoạn tiếng Anh tương ứng để tạo sự liên kết trực tiếp giữa ý tưởng – ngôn từ như chúng ta đã phân tích trong chương đầu cuốn sách này.

You can challenge yourself with a long paragraph when you feel confident enough. The key here is to visualize what the author describes and then read the corresponding English paragraph to create strong and direct connections between ideas and words, as we discussed in the first chapter of this book.

Bên cạnh đó, có thể bạn nghĩ sẽ đơn giản và thú vị hơn khi bắt đầu từ truyện tranh như Đô-rê-mon hoặc 7 Viên Ngọc Rồng thay vì những cuốn sách dày. Song hãy cẩn thận. Bạn có thể sẽ sa đà vào giải trí, mà quên đi mục đích ban đầu là mở rộng vốn từ đấy!

Besides, you may think it will be easier to start with comics like Doraemon, or Dragon Ball, instead of textbooks. Be aware. You may forget your main goal of expanding your vocabulary and spend too much time on entertainment!

Truyện tranh chủ yếu là hình ảnh và các tác giả sẽ không dùng quá nhiều từ lặp lại để tránh nhàm chán. Điều này không tốt vì để học ngoại ngữ, bạn cần sự lặp đi lặp lại cho tới khi thành phản xạ.

Moreover, comics contain mostly images, and the author will try to lower the rate of repeated words to keep the readers' attention. This is not good because learning a language needs repetition.

Nếu vẫn muốn dùng truyện tranh, hãy đảm bảo là truyện đó bạn đã từng đọc ngày xưa rồi để không bị cám dỗ bởi việc giải trí. Và để đạt hiệu quả cao nhất, hãy chọn một tập bạn thích nhất, đọc đi đọc lại cho tới khi nhắm mắt bạn cũng có thể biết trang đó nhân vật ấy nói gì.

If you still want to use comics, please ensure you have read them before to focus on the main goal. For a great result, choose one volume you like most and read it over and over again until you can visualize what the characters said on each page.

Tôi thì thích đọc sách phát triển bản thân hơn, vì bạn có thể áp dụng ngay vào cuộc sống. Tiểu thuyết cũng tốt vì một tác phẩm ra lò không đơn giản, tác giả thường phải viết đi viết lại, chưa kể nhà xuất bản cũng phải rà soát rất kĩ, nên sẽ được đảm bảo về mặt ngữ pháp.

I prefer self-help books because you can apply what you learn. Fiction is also okay because publishing a fiction book is not simple. The author must spend a lot of time rewriting, and the editors must check them carefully to ensure perfect grammar.

Vậy là bây giờ bạn đã biết tại sao tôi viết song ngữ sách này rồi. Thứ nhất, nó giúp tôi nâng cao trình độ của mình. Thứ hai, bạn có thể áp dụng ngay cách này vào sách và tiến bộ sau từng đoạn đọc.

So now, you know the reason why I wrote this book bilingually. First, it helped me improve my English. Second, it will help you apply this tip to this book and improve after reading each paragraph.

Tôi cũng chủ ý giãn dòng khá thoáng để bạn tha hồ ghi chú. Và một mẹo khác là bạn có thể thử dịch mọi thứ mình đọc được sang tiếng Anh rồi so sánh với tôi.

I also provided more space between the lines in this book so that you can take notes easily. Another tip is to try translating everything you read into English and then compare it to mine.

Luôn bắt đầu từ thứ quen thuộc
Begin with familiar things

Tóm lại, bạn cần có vốn từ vựng tốt để có thể đọc tốt hơn. Song hãy góp nhặt từ mới bằng những thứ quen thuộc, những thứ mà bạn yêu thích, những thứ liên quan tới cuộc sống và công việc của bạn. Chắc chắn sẽ vừa ghi nhớ hiệu quả hơn, vừa gặt hái nhiều lợi ích hơn!

In short, you need a good vocabulary to read better. Remember, build your vocabulary with familiar things, things you like, and things that relate to your work and life. It will help you remember more and bring you many benefits.

Bây giờ, hãy dành ít phút viết ra những dự định của bạn để áp dụng các tuyệt chiêu trong chương vừa rồi nhé.

Now, spend a few minutes writing something you can do with the useful tools in this chapter.

#4

BÉ MUỐN TÔ NHƯNG CÔ BẮT CHÉP

The baby wants drawing,

the teacher wants writing

"Dù có thế nào, hãy cứ bắt đầu viết. Nước đâu có chảy cho tới khi ta mở vòi?" ~ Louis L'Amour

Kỹ năng khó nhưng có nhiều lợi ích nhất
The most difficult yet most useful skill

Trong các kỹ năng, tôi đánh giá viết là khó nhất, bởi vì đơn giản là ngay tiếng Việt – tiếng mẹ đẻ - nhiều người cũng chẳng viết ra hồn, huống chi là tiếng Anh. Song nếu làm chủ được kỹ năng viết, bạn sẽ đạt được vô vàn lợi ích, bao gồm cả việc... nói tốt.

In my opinion, writing is the most difficult skill to master. Most people cannot write well in their mother tongue, not to mention a foreign language. However, mastering this skill will bring many benefits, including speaking fluently.

1) Nhà tuyển dụng vẫn luôn tiếp xúc với thư xin việc và bản CV của bạn đầu tiên, cho dù bạn có nói tốt đến mấy.

Employers always want to see your cover letter or CV first, no matter how good your speaking skills are.

2) Nếu bạn viết tốt, thì câu chữ bạn sử dụng trong ngôn ngữ nói cũng sẽ tốt hơn và khả năng giao tiếp cũng sẽ được cải thiện.

Writing well might help you choose better words in speaking and improve your communication skill.

3) Kỹ năng viết lách, soạn thảo văn bản và gửi email chuyên nghiệp luôn được đánh giá cao ở bất cứ môi trường làm việc nào.

Writing, editing documents, and sending professional emails are highly valued in any company.

4) Nếu bạn viết sách tiếng Việt, 100 triệu người Việt sẽ biết tới bạn, nhưng nếu bạn viết tiếng Anh, cả thế giới sẽ biết tới bạn.

Writing a book in Vietnamese may help you reach 100 million people. Writing in English helps you reach the whole world.

5) Bất cứ chứng chỉ quốc tế tiếng Anh, hay kỳ thi tiếng Anh quốc gia nào, đều có bài thi viết với tỉ trọng điểm khá cao.

Every English certification or competition includes writing tests, contributing a big part to your final results.

6) Trước khi nói, thường bạn phải nghĩ. Viết tiếng Anh cũng là cách rèn luyện suy nghĩ bằng tiếng Anh trong đầu, từ đó nói sẽ tốt hơn.

You often think before you talk. Writing in English is a way to practice thinking in English so that it will improve your speaking as well.

7) Không phải ai cũng có điều kiện tiếp xúc với người nước ngoài, nhưng cứ viết, là bạn sẽ tiếp xúc với tiếng Anh.

Not everyone has a chance to talk to foreigners daily, but you can write to learn English daily.

Đó là những lý do khiến tôi tin rằng viết lách là công cụ số một. Vấn đề là luyện sao cho hiệu quả?

These are the reasons why I believe writing skill is the most useful skill. How to practice it effectively?

Tương tự nghe và nói, bạn cũng cần hình mẫu để học hỏi, hoặc có người giúp bạn chỉnh sửa để tiến bộ nhanh chóng. Song thuê gia sư cũng khá tốn kém, vậy có cách nào miễn phí mà hiệu quả?

Like listening and speaking, you need a model or someone who can correct you to make progress. Hiring private teachers will cost a lot. Is there any good and free way?

Đừng Copy-Paste, hãy Copy-write!
Don't copy-paste, just copy-write!

"Nếu muốn thành công, bạn hãy tìm ai đó đã đạt được điều mình muốn, rồi sao chép chính xác những gì họ làm, và bạn sẽ đạt kết quả tương tự."

~ Tony Robbins

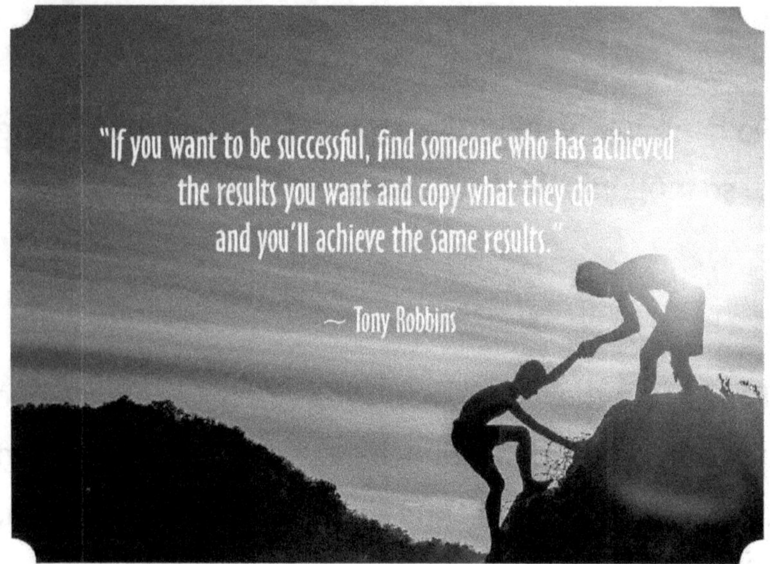

Mọi người hay chỉ trích sao chép và khuyến khích sáng tạo. Khi bạn viết lách bằng tiếng mẹ đẻ, sự sáng tạo là hợp lý. Song nếu bạn mới làm quen với tiếng Anh, thì bạn cần một chiến thuật khác. Giống như một đứa bé tập đi trước khi tập chạy, bạn cũng cần tập chép trước khi tập viết.

People often criticize copying and encourage creativity. It is reasonable to be creative when writing in your mother tongue. However, if you are new to English, I recommend doing something else. Like a baby learns to walk before it can run, you need to learn to "copy-write" before you can write.

Một đồng nghiệp cũ của tôi tiếng Anh từng rất tệ. Lý do không phải lười, mà là không học. Những năm cấp ba, anh ấy đã phải tập trung cho toán chuyên, còn lên đại học thì học tiếng Trung. Nhưng chỉ sau một năm tập "copy-write", anh ấy đã khác.

My old colleague used to be very bad at English. The reason was not laziness; in high school, he had to focus on Mathematics for the national competition; in college, he had to study Chinese. However, after just one year of practicing "copy-write", he changed so much.

Giờ đây, anh ấy có thể đọc sách, thuyết trình tiếng Anh vèo vèo, thậm chí tham gia các khóa học trên mạng để lấy chứng chỉ quốc tế. Anh ấy đã áp dụng bí quyết "copy-write" này như thế nào để thành công?

Now he can read books and make speeches in English. He even participated in online courses and got international certificates. How did he apply this "copy-write" strategy?

Anh ấy đã đăng ký nhận bản tin ở các trang Web nước ngoài để nhận các Email bằng tiếng Anh mỗi ngày. Khi thấy một ý tưởng nào đó thú vị, anh ấy gõ lại và đăng lên Facebook. Một công đôi việc, vừa có thầy dạy viết miễn phí, mà bạn bè cũng thán phục vì tài viết tiếng Anh!

He subscribed to many foreign websites to receive useful emails in English daily. When he found an interesting idea, he retyped it and posted it on Facebook. This tip fills two needs with one deed. On the one hand, he had a free writing teacher; on the other hand, his friends admired him so much for being so good at English!

Anh ấy làm được thì bạn cũng có thể, thậm chí tốt hơn. Dưới đây là một số trang web tôi yêu thích, bạn có thể đăng ký nhận tin hữu ích bằng tiếng Anh. Và hãy nhớ rằng mấu chốt là bạn phải tự viết hoặc đánh máy lại. Đừng copy-paste, hãy copy-write!

If my friend can do it, you can do it even better. Below are some blogs that I recommend. Just subscribe and learn English from their daily newsletters. Please remember, the key here is that you must write or type by yourself. Don't copy-paste. Just copy-write!

www.personalexcellence.co

Một blog chia sẻ nhiều ebook và bài viết hay về phát triển bản thân. Tác giả cũng thường xuyên gửi những email đầy thông tin có giá trị.

That blog has lots of free and high-quality self-improvement articles. The author regularly sends me many great articles via Email.

www.startofhappiness.com/personal-development -blogs

Đây là top 100 blog hay nhất về phát triển bản thân, bạn có thể tham khảo và chọn cho mình một tác giả yêu thích.

Above are the top 100 self-help blogs, follow the link, choose your favorite author, then subscribe and copy-write them.

www.52speakingtips.com

Đây là địa chỉ yêu thích của tôi. Khi để lại Email trên đó, mỗi một tuần Craig Valentine, nhà vô địch thuyết trình thế giới 1999 sẽ gửi cho bạn một mẹo cực hay về thuyết trình, kèm audio lẫn phụ đề nên cực kì hữu ích cho việc học tiếng Anh.

That is my favorite. When you subscribe successfully, every week, Craig Valentine, the 1999 world champion of public speaking, will send you one great tip on presentation. Additionally, he attaches the audio file and the transcription. They're extremely useful!

Bổ sung thêm là tháng 10 năm 2020, tôi đã học trực tiếp với Craig Valentine và trở thành nhà huấn luyện diễn giả quốc tế đầu tiên được ông công nhận tại Việt Nam. Sau đó, tôi đã xin phép Craig dịch các mẹo này thành dạng song ngữ như cuốn sách này để bạn có thể thuận tiện học hỏi. Bạn có thể quét mã QR bên dưới để nhận.

In addition, I took a course with Craig Valentine in October 2020 to become the first Certified World Class Speaking Coach in Vietnam. Later, I asked him permission to translate those useful tips and made bilingual articles like this book for your convenience. You can refer to the QR below to get them.

fususu.com/cach-thuyet-trinh-hay/

Bên cạnh đó, việc "copy-write" cả bài hoặc một đoạn dài quá cũng sẽ là một thách thức. Vì thế, tôi khuyên bạn nên dùng một nguồn "copy-write" đơn giản, dễ dàng truy cập ngay trên di động.

Besides, "copy-writing" a whole article or a long paragraph might be challenging. Therefore, I recommend a simple source to practice "copy-writing", and you can access it easily with your smartphone.

Từ những năm 2012 khi bắt đầu xây dựng Fanpage Fususu, tôi tập một thói quen nhỏ vào buổi sáng ngay khi thức dậy. Đó là google một câu nói hay bằng tiếng Anh, sau đó tôi viết lại và chia sẻ thêm suy nghĩ của mình để đăng lên page.

Since my fan page, Fususu, was published in 2012, I have practiced a tiny habit when I woke up in the morning. What I did was google an English quote, retyped it, and shared my thoughts about the quote on my fan page.

Các câu châm ngôn không chỉ truyền cảm hứng, mà còn là một công cụ tuyệt vời giúp gia tăng thuyết phục cho điều bạn cần diễn đạt.Việc tập chép hằng ngày chúng không chỉ giúp bạn tăng trình tiếng Anh, mà còn giúp nâng cao chất lượng bài nói, hoặc bài luận của bạn.

Quotes are not only inspirational, but they can also be an excellent tool to make your point more persuasive. Therefore, copywriting them daily will help you study English and improve your presentations or essays.

Sau một thời gian, tôi không chỉ cải thiện khả năng sử dụng tiếng Anh và cả tiếng Việt, mà fanpage còn có hàng chục ngàn người theo dõi, và nhiều người sau đó đã trở thành độc giả tích cực của các cuốn sách tôi xuất bản sau này.

Later, I not only improved both my English and Vietnamese but also got dozens of thousands of followers. Many of them have become active readers of the books I published later.

Ngoài Google, bạn có thể ghé thăm BrainyQuote.com với kho châm ngôn khổng lồ theo chủ đề, hoặc Quotery.com với nhiều châm ngôn chọn lọc với hình minh họa kèm giới thiệu chi tiết về tác giả.

You can visit BrainyQuote.com for a large collection of quotes, which are classified into many categories. Quotery.com has carefully selected quotes with images and details about the author.

Tôi cũng có một bộ sưu tập nhỏ hơn 200 câu châm ngôn dạng song ngữ nên rất thuận tiện cho học tiếng Anh. Gần đây, tôi đã biên tập chúng lại kèm ảnh cảm hứng để bạn có thể nhận mỗi ngày qua Messenger, bạn có thể quét mã QR dưới và nhận nhé!

I have a collection of over 200 quotes that are written bilingually, so they are very useful for learning English. Recently, I re-designed them with inspirational pictures so you can receive them daily via Messenger. Just use the QR below to get it.

fususu.com/365

Hãy cứ viết, viết và viết...

Keep writing and writing...

Tóm lại, hãy cứ viết, viết viết và viết. Viết gì cũng được, nhưng phải viết mỗi ngày và bạn sẽ tiến bộ trông thấy.

In conclusion, write, write, and write. Write anything, write every day, and you will improve for sure.

Bây giờ, trước khi sang chương tiếp theo, đừng quên dành ít phút viết ra một vài thứ để làm với các tuyệt chiêu hữu ích bên trên nhé.

Before moving to the next chapter, don't forget to spend a few minutes writing about something to do with those useful tools above.

#5

BÀI HỌC TỪ MR.BILL

Lesson from Mr. Bill

"Hồi ấy tôi thi trượt vài môn, anh bạn tôi đỗ hết. Giờ anh ấy làm kỹ sư ở Microsoft. Còn tôi... là Bill Gates."

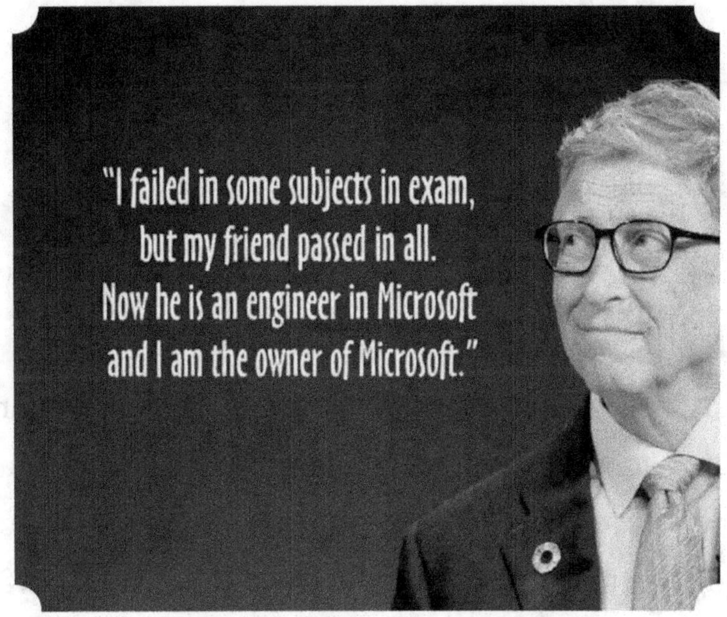

Mọi thứ đều có thể, vấn đề là phương pháp

Nothing is impossible, when you have possible tools

Khi tôi công bố bản ebook đầu tiên của cuốn sách này mang tên "7 cách học tiếng Anh du kích" năm 2016, đã có hàng chục ngàn lượt tải. Sau đó, tôi đã được nghe nhiều câu chuyện về sự tiến bộ vượt bậc của độc giả trong việc nghe, nói, đọc, viết. Thế còn thi cử?

When I published the first ebook version of this book titled "7 Guerrilla Ways to Learn English" in 2016, there were thousands of downloads. After that, many readers told me their success stories in listening, speaking, reading, and writing skills. How about taking the exams?

Thật ra mục tiêu của cuốn sách này ra đời là nhằm giúp bạn ứng dụng tiếng Anh vào thực tiễn. Tuy nhiên, trong thực tiễn ngày nay, thì có vẻ như thi cử cũng đã trở thành một phần của... thực tiễn. Do vậy tôi đã viết bổ sung thêm chương này để chia sẻ nhiều mẹo đã giúp tôi vượt qua các kỳ thi tiếng Anh ở trường với nhiều điểm tuyệt đối.

Actually, the main goal of this book is to help you apply your English to daily life. However, nowadays, taking exams seems to have become an important part of daily life. Therefore, I decided to write this chapter, which includes many tips that helped me pass many exams in school with perfect scores.

Thi cử! Một từ thật đơn giản nhưng lại là vấn đề phức tạp với hàng trăm dạng đề. Song suy cho cùng, chúng đều có chung một mục tiêu đó là kiểm tra bốn kỹ năng của bạn: nghe, nói, đọc, viết.

Exams! A simple word but a complex issue with hundreds of test forms. However, they have one common purpose: To test your four English skills which are listening, speaking, reading, and writing.

Với các công cụ du kích ở những chương trước, tôi tin rằng việc nghe và nói sẽ không là vấn đề. Còn việc đọc và viết trong thi cử, thì thật ra bạn chỉ cần nhớ thêm nhiều từ vựng, thuộc thêm nhiều cấu trúc ngữ pháp, điểm số mọi bài thi rồi cũng sẽ tăng mà thôi.

With guerrilla tools provided in the previous chapters, I believe that listening and speaking exams are no problem for you. For the reading and writing exams, you need to study words and grammar structures as much as possible, and then you will surely earn high scores.

Đuổi vần đánh chữ, chinh phục ngữ pháp
Using the power of rhyme to conquer grammar

"Không có kế hoạch, là bạn đang lập kế hoạch cho thất bại." ~ Benjamin Franklin

Việc thuộc hàng trăm, thậm chí hàng ngàn từ vựng có thể giúp bạn gia tăng khả năng đọc hiểu và đạt điểm cao, song để đạt điểm tuyệt đối thì bạn cần giải quyết một vấn đề lớn: Ngữ pháp.

Memorizing hundreds, even thousands of words, can improve your reading skills and help you get higher exam scores. To get the perfect scores, you must handle this issue: Grammar.

Quá nhiều cấu trúc ngữ pháp phải nhớ, mà chúng cũng quá khô khan để thuộc. Quá nhiều nguyên tắc ngữ pháp để nhớ, mà cũng có quá ít thời gian để học. Bạn không thể thay đổi được hoàn cảnh đó, nhưng bạn có thể thay đổi cách mình phản ứng với nó.

There are too many grammar structures to learn, and they are also too boring to memorize. There are too many grammar rules and too little time to learn. Well, you cannot change the situation, but you can change your reaction.

Nếu khô khan, hãy biến chúng trở nên thú vị, như cách mà ta đã làm để nhớ từ dài nhất thế giới. Làm sao để thực hiện điều này? Bí quyết là thay vì đọc thuộc ngữ pháp ở dạng công thức, hãy đặt ra những ví dụ cụ thể, ấn tượng, hài hước, vần điệu để thuộc.

If they are boring, make them interesting, as we did with the longest word in the last chapter. How to do it? The secret is: Don't study grammar structures in their formula form. Just create specific, impressive, funny, and rhyming sentences for them.

Ví dụ, thay vì ngồi lẩm bẩm cấu trúc khô khan "S + V + so + adj/adv + that + S + V" thì tôi sẽ đặt một câu cho nó là "The cat is SO fat THAT It can't catch the bat!" (Con mèo béo tới nỗi không tóm nổi con dơi).

For example, instead of memorizing a structure like "S + V + so + adj/adv + S + V", I will make a sentence like, "The cat is SO fat THAT it can't catch the bat!"

Khi bạn thuộc ví dụ minh họa ngộ nghĩnh đó, việc nhớ ra cấu trúc ngữ pháp ẩn dưới sẽ rất dễ. Để hiểu thêm, hãy xem một loạt ví dụ dưới đây giúp tôi phân biệt được các giới từ đi kèm với Work.

If you remember that funny example, recalling the grammar structure behind it is very easy. Let's see some more examples that help me remember the prepositions following the verb "Work" and their usages.

I'm working against the clock to lock the fox in the box again.

(Tôi đang gấp rút nhốt con cáo vào hộp giấy báo)

I'm going to work around the town, despite the fact that the cows are down.

(Tôi sẽ cố xử lý ngôi làng, cho dù lũ bò đang bị đao)

I'm a wizard working toward the last castle.

(Tôi là phù thủy, tôi đang nỗ lực để tới lâu đài cuối cùng)

Nếu bạn cười khi đọc các câu ví dụ trên, thì tôi tin chắc rằng bạn sẽ nhớ "Work against the clock..." là gấp rút làm gì đó, "Work toward..." là nỗ lực làm gì đó, còn "Work around" là tìm cách xử lý vấn đề gì đó.

If you smile when looking at the examples above, I believe that you will remember these phrasal verbs. "Work against the clock..." means trying to do something quickly, "Work toward..." means trying to get something done, "Work around" means trying to handle some issues.

Không chuẩn bị là chuẩn bị cho thất bại, bạn hãy chuẩn bị cho kỳ thi sắp tới bằng cách sưu tầm tất cả các cấu trúc ngữ pháp của các đề thi năm trước, sau đó đặt câu hài hước cho chúng và thuộc lòng. Làm như vậy, điểm không cao mới là chuyện lạ.

By failing to prepare, you are preparing to fail. So prepare for your next exam by collecting as many grammar structures in the previous exams as possible, then make funny sentences for them. If you do that, earning higher scores is a piece of cake.

Trong quá trình học hỏi của mình, tôi cũng dày công sưu tập hơn 100 cấu trúc ngữ pháp thông dụng trong đề thi (và thực tiễn), đặt cho chúng các ví dụ vần điệu, dễ nhớ. Bạn có thể tham khảo trong hòm kho báu cuối sách, hoặc Google "Fususu Ngữ pháp tiếng Anh".

On my journey to conquer English grammar, I collected 100 common phrases in English, then made funny and rhyming sentences to study them easily. You can find the link in the treasure chest at the end of this book or google "Fususu Ngu phap tieng Anh".

Khi đọc cuốn sách nhỏ đó, có thể bạn sẽ tự hỏi chắc hẳn tôi phải có một vốn từ khủng khiếp lắm mới có thể nghĩ ra được những câu vần điệu như thế. Thực ra, tôi có một công cụ bí mật giúp tìm ra các từ vần điệu với nhau, hãy ghé thăm trang **rhymezone.com**

Reading that small ebook might make you wonder how I can make many rhyming sentences like that. Do I have a huge vocabulary in my head? No. There is a secret tool that I use to find rhyming words. Just visit **rhymezone.com** to see it yourself.

Đây là một công cụ tuyệt vời cho người học tiếng Anh. Khi gõ vào một từ, trang sẽ liệt kê tất cả những từ vần điệu với từ ấy và có thêm các gợi ý hay khác như châm ngôn, thơ. Bạn còn chờ gì nữa, hãy thử khám phá ngay nhé!

Such an amazing tool for English learners! When you type a word there, it will show the rhyming words and suggest many poems or quotes that contain the word. What are you waiting for? Just try it.

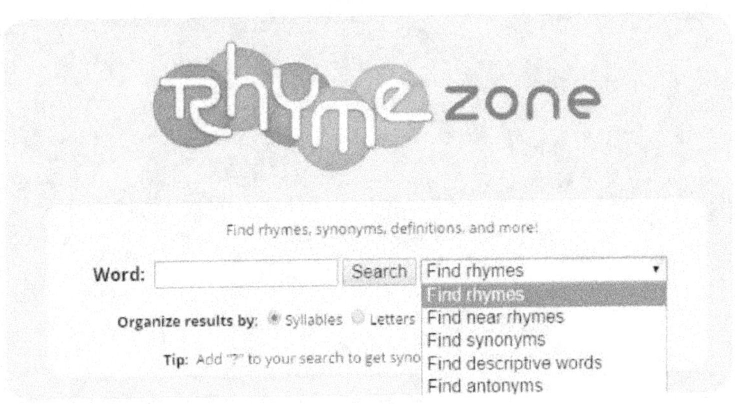

Tóm lại, ngữ pháp cũng là từ thực tế sử dụng mà đúc kết. Những đứa trẻ chẳng bao giờ học ngữ pháp trước khi chúng biết nói, chúng học thông qua những mẫu câu thực tế. Bạn cũng nên như vậy, với bất cứ cấu trúc ngữ pháp nào muốn học, hãy đặt ra cho nó một mẫu câu thật dễ nhớ, rồi học thuộc nó là bạn sẽ nhớ ngữ pháp.

In summary, grammar is the fruit of using language in real life. No child needs to learn grammar rules to speak well. They learn by using particular sentences. You should do that, too. Make a funny (or silly) example with each grammar structure, then learn it. If you can remember the example, you can recall the structure.

#6

WIT: TUYỆT ĐỈNH KUNG FU NÂNG TRÌNH NGOẠI NGỮ

Great Kung Fu for English learners

"Nếu muốn những thứ chưa bao giờ có, bạn cần phải làm những thứ chưa bao giờ làm." ~ Thomas Jefferson

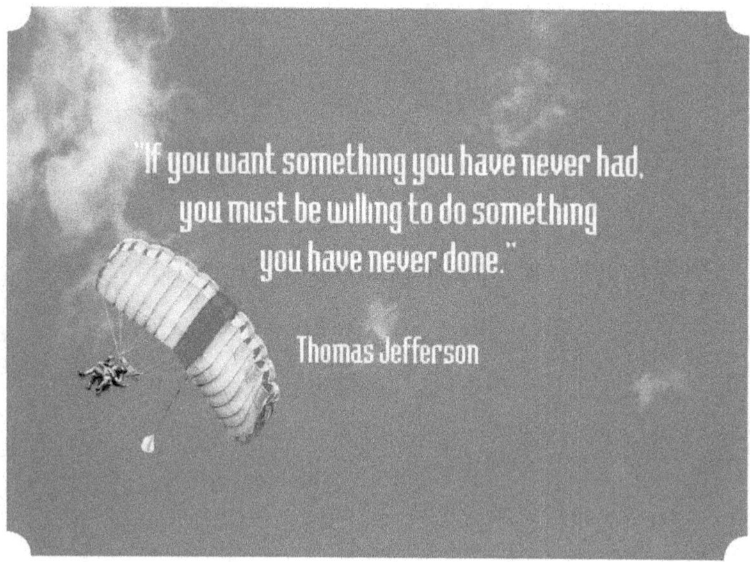

WIT là gì?

What is WIT?

Nếu tra từ điển Anh-Việt, bạn sẽ thấy nghĩa của nó là sự thông tuệ. Nếu tra từ điển Fususu (một cuốn sổ nhỏ của tôi), bạn sẽ thấy đây là viết tắt của "What Is This". Một cách mở rộng vốn từ hiệu quả nhất mà tôi từng biết!

What is WIT? If you look it up in an English-Vietnamese dictionary, the meaning is "great wisdom." If you look it up in Fususu's dictionary (a small notebook of mine), this is an abbreviation for "What Is This" – The most effective way to enlarge vocabulary I've discovered!

"What is this?" Antonio hỏi trong khi đấm vào không khí.

"We call it.... Đấm." Tôi trả lời.

"Đấm, đấm, đấm..." ông vừa lẩm bẩm vừa đấm tiếp vào không khí.

"What is this?" Antonio asked me while punching in the air.

"We call it... Đấm," I answered.

"Đấm, đấm, đấm..." He whispered several times while punching again.

"Đây là gì?" – Một câu hỏi đơn giản, một công cụ tuyệt vời đã giúp cho không biết bao nhiêu thế hệ trẻ em thành thục tiếng mẹ đẻ.

"What is this?" - A simple yet powerful question has helped many generations of children master their mother tongue.

Ngay bây giờ, hãy thử nhìn một vài đồ vật quanh bạn. Bạn có thể gọi tên tất cả chúng bằng tiếng Anh không? Nếu không thì có lẽ những từ bạn đã học nhiều năm qua hơi xa rời thực tế đấy!

Right now, look at some objects around you. Can you call out all of their names in English? If you can't, the words you have learned for years might be far from reality!

Hãy cố gắng tập luyện thói quen tuyệt vời này: Mỗi lần bước vào phòng, chọn một đồ vật bất kỳ rồi tự hỏi "What is this?" Nếu bạn không gọi được tên nó trong tiếng Anh, thì bạn biết mình cần phải làm gì rồi. Hãy mở từ điển ra.

Try to build this habit: Each time you walk into a room, choose a random object and ask yourself,

"What is this?" If you don't know how to call it in English, then you know what to do next. Just open a dictionary.

Tại sao cách này lại hiệu quả?

Why is this tool effective?

Đầu tiên là vì bạn chủ động săn tìm từ đó thay vì bị "ép" phải học, nên bộ não sẽ chú ý hơn. Thứ hai, chúng đều là các từ xuất hiện trong chính cuộc sống hàng ngày của bạn, nên cơ hội bạn gặp lại chắc chắn cao hơn.

Firstly, you are "hunting" that word proactively instead of being forced to learn so that the brain will pay more attention. Secondly, they are words from your daily life, so the chance of meeting them again is higher.

Tất nhiên, khi đồ đạc xung quanh và câu hỏi "What Is This?" trở nên quá dễ dàng, bạn có thể tăng độ khó lên với các câu hỏi cao cấp hơn như sau.

Obviously, when the objects surrounding you or the "What Is This?" questions become too easy, you can move to the next level with these advanced questions.

1) Ngay khi thức dậy hãy tự hỏi, "Hôm nay có điều gì quan trọng nhất phải làm?" Đây là câu hỏi không thể thiếu nếu bạn muốn trở thành một nhà quản lý thời gian hiệu quả.

When you wake up, ask yourself, "What is the most important thing to do today?" It is a crucial question if you want to be an effective time manager.

2) Thi thoảng trong ngày hãy tự hỏi, "Mình đang làm gì nhỉ?" Câu hỏi này sẽ giúp bạn ý thức về thực tại, và có thể giúp bạn tách ra khỏi những cám dỗ như chơi trò chơi điện tử, xem TV, v.v...

Sometimes in your day, ask yourself, "What am I doing?" - This question helps you to live in the moment and stop spending too much time playing computer games or watching movies, etc.

3) Khi gặp ai đó, hãy tự hỏi, "Họ đang làm gì vậy?" hoặc thi thoảng nhìn quanh và hỏi "Điều gì đang xảy ra?" Khả năng quan sát của bạn sẽ được nâng cao, giúp bạn mô tả được hiện tượng xung quanh.

When you meet someone, ask yourself, "What are they doing?" or look around and ask, "What is happening?" Your observation skills will improve, and you will be able to describe things happening around you.

4) Trước khi ngủ bạn cũng có thể đặt câu hỏi, "Điều gì làm mình tự hào hôm nay?" Câu hỏi này giúp bạn gia tăng lòng tự trọng, rèn luyện tư duy tích cực và ngủ ngon hơn.

Before bed, ask yourself, "What makes me proud today?" This question will boost your self-esteem, help you practice positive thinking, and get better sleep.

Chú ý: Mục đích của chúng ta là mở rộng vốn từ. Nên bạn không cần thiết phải trả lời với ngữ pháp hoàn hảo. Chỉ cần bật ra trong đầu một vài từ khóa là được. Vì thế, hãy luôn mang theo từ điển Việt-Anh nho nhỏ, hoặc cài vào di động.

Note: Our purpose is to enlarge vocabulary. Therefore, you don't need answers which are perfect in grammar. Just focus on the keywords. Consequently, it would help if you always carried a dictionary or installed dictionary apps on your smartphone.

Ngoài ra, nếu bạn thấy việc tự nói chuyện này thật kỳ cục, đừng lo lắng. Sự thật là chúng ta ai mà không tự nói chuyện với mình hàng ngày? (Ủa, mình ha tự nói chuyện hả? Ừ nhỉ!) Do đó, đây không chỉ là cơ hội mở rộng vốn từ, mà còn giúp bạn suy nghĩ bằng tiếng Anh!

Besides, if you feel that talking to yourself is weird, don't worry. The truth is that people are talking to themselves daily (Am I talking to myself? Oh, yes!) Accordingly, this is a good chance to enlarge your vocabulary and a great way to practice thinking in English!

Có một cách đơn giản mà thú vị khác để ứng dụng WIT. Đó là vào cuối ngày, hãy nghĩ về một cuộc trò chuyện hoặc một tình huống nào đó đã diễn ra, rồi thử xem bạn có dịch hoặc mô tả được hết chúng bằng tiếng Anh hay không. Nếu gặp từ mới nào đó, hãy tra từ điển.

There is one more interesting and simple way to apply the WIT secret. At the end of the day, you can think back on a conversation with someone or some interesting things that happened, then try to translate or describe them in English. If there is a new word, just look it up in the dictionary.

Chẳng hạn ngày hôm nay bạn đã có một chuyến đi chụp ảnh tại vườn hoa hướng dương. Vậy bạn có biết hoa hướng dương trong ngoại ngữ bạn đang học là gì không? Rồi cánh hoa, nụ hoa? Đây vừa là một cách giúp rèn luyện khả năng gợi nhớ, cũng vừa là cách gia tăng vốn từ vựng rất hiệu quả.

For example, let's say you have a trip and take a photo at a sunflower garden. Do you know how to call a sunflower in the language you are studying? How about the petal or the flower bud? It is not only a way to improve your recall ability but also a way to expand your vocabulary effectively.

#7

BIẾN DI ĐỘNG THÀNH

ĐỒNG MINH

Turn smartphones into allies

"Cuộc đời là những thứ đang diễn ra khi bạn chăm chú nhìn vào Smartphone." ~ Ngạn ngữ

Làm chủ ngoại ngữ đòi hỏi sự bền bỉ, bạn càng luyện tập, thì bạn càng giỏi. Song khi rảnh, hầu hết mọi người làm gì? Chỉ cần nhìn quanh, bạn sẽ có câu trả lời: họ dán mắt vào smartphone, chơi Facebook, lướt Tiktok. Làm thế nào biến di động thành đồng minh học tiếng Anh?

Mastering a foreign language requires endurance, the more you practice, the better you get. However, what do most people do in their free time? Just look at people around you then you will get the answer: staring at their smartphones, checking Facebook and Tiktok. So, how to turn smartphones into allies and learn English?

Chuyển ngôn ngữ giao diện

Change the interface languages

Nhiều người dành phần lớn thời gian rảnh lướt Facebook, nhưng lại cài đặt ngôn ngữ hiển thị là tiếng mẹ đẻ. Chỉ cần bạn chuyển sang tiếng Anh thôi, là bạn đã có thể củng cố lượng từ vựng kha khá rồi.

Many people spend most of their free time using Facebook with their mother tongue as the default interface language. Instead, switch the interface language to English; you will reinforce many words in no time.

Với sự lựa chọn hàng trăm ngôn ngữ, bạn cũng có thể học tiếng Thái, thậm chí tiếng Lào bằng cách này. Khi nhìn vào giao diện Facebook cá nhân của tôi bằng tiếng Lào bên trên, tôi tin là bạn vẫn biết nút nào để làm gì mà không cần tra từ điển!

Facebook now supports hundreds of languages all over the world, so you can learn any language, from Thai to Laotian. Just look at my new Facebook profile's interface in Laotian above and see how easily you can figure out the function of each button without a dictionary!

Ngoài ra, thay vì theo dõi các trang bằng tiếng Việt, hãy bắt đầu theo dõi các trang bằng tiếng Anh. Để tìm các trang thông tin tích cực, bạn chỉ cần đưa Mr. G từ khóa "Top inspirational fanpages on Facebook" là có ngay một danh sách tốt.

Besides, instead of following Vietnamese fan pages, you should follow as many English fan pages as possible. To find these pages with interesting news, give Mr. G the keyword "Top inspirational fan pages on Facebook" to get a good list.

Không chỉ là Facebook, bạn cũng có thể chuyển tất cả ngôn ngữ hiển thị của các phần mềm trên máy tính sang tiếng Anh. Đặc biệt là các phần mềm quen thuộc như Office, Chrome, Firefox, Gmail. Hãy thử đi, rồi bạn sẽ ngạc nhiên vì khả năng mới cực ngầu: Nhìn đâu, hiểu đó.

Not only Facebook, but you can also switch the interface language of any app to English, especially some common software like Office, Chrome, Firefox, and Gmail. Just do it, then you will be surprised by your new and cool ability: Understand everything.

Mấu chốt là bạn phải đảm bảo mình đã thành thục các chức năng của các ứng dụng đó trước khi chuyển ngôn ngữ. Điều này giúp tạo ra những liên kết mạnh mẽ giữa kinh nghiệm của bạn với các từ mới.

The key is to ensure that you are familiar with every app function before switching the interface language. This will create a strong connection between your old experiences and new words.

Tối ưu hóa trình duyệt web để học tiếng Anh

Optimize your web browsers for learning English

Hầu hết trình duyệt web ngày nay đều rất hiện đại và có các ứng dụng mở rộng liên quan tới từ điển. Ví dụ: Extension Google Dictionary của Chrome sẽ giúp bạn tra bất cứ từ nào khi lướt web. Khi đọc báo tiếng Việt, bạn thi thoảng hãy thử dịch vài từ xem sao.

Nowadays, most modern web browsers have add-ons or extensions related to the dictionary. For example, Google Dictionary in the Chrome browser will help you look up any new word. When surfing Vietnamese websites, try to translate some words into English.

Ngoài ra khi mở trình duyệt, thứ đầu tiên hiện ra trên máy bạn là gì? Google, Facebook, hay một trang trống? Nếu bạn muốn cải thiện tiếng Anh, sao lại không để một trang liên quan tới tiếng Anh? Dưới đây là một số trang giúp học tiếng Anh uy tín mà miễn phí.

What is the first page that appears when you open your web browser? Is it Google, Facebook, or an empty page? If you want to improve your English, just change it to some English related websites. Here are some free websites which help you to study English.

www.memrise.com

Một cộng đồng học ngoại ngữ, cho phép mọi người tạo ra các khóa học và dạy người khác học ngoại ngữ.

A language learning community, which enables everyone to create their courses and teach language to others.

www.duolingo.com

Trang giúp học ngoại ngữ thông qua hoạt động thú vị, bạn sẽ được tích điểm, thăng cấp như là chơi games vậy.

Learning a language through many interesting activities, you will earn points and levels like playing games.

www.englishspeak.com

Một trang có 1000 mẫu câu thông dụng, được phân chia theo chuyên đề và có phát âm nhanh chậm tùy chỉnh rất hữu ích.

A website that has 1000 common phrases categorized by topics and includes audio for each sentence with speed mode support.

HỎI XOĂN ĐÁP XOĂN

Frequently asked questions

"Người đặt câu hỏi có thể ngốc nghếch trong chốc lát. Nhưng ai không dám hỏi, sẽ ngu muội cả đời." ~ Khổng Tử

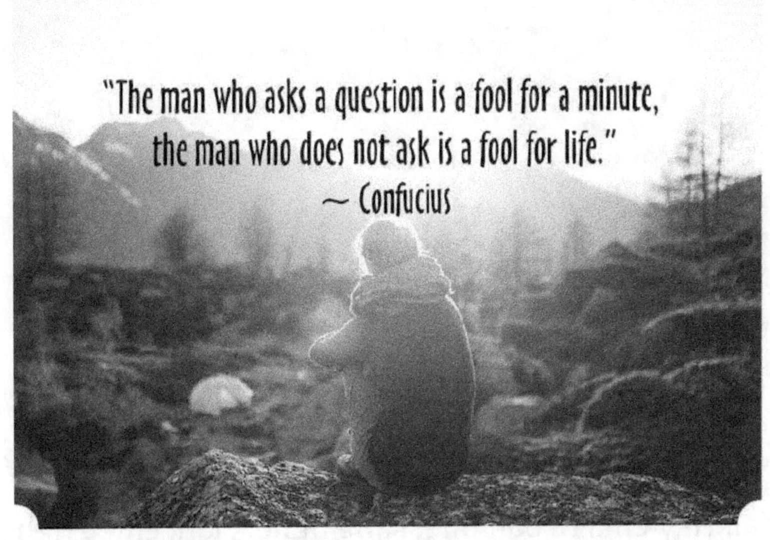

Liệu có phải nghe đủ 100 lần?
Must I listen to one audio 100 times?

Con số 100 là tượng trưng, bạn có thể nghe ít hơn, hoặc nhiều hơn thì càng tốt. Mục đích chính là "quen tai". Đó là khi bạn nghe mà thấy trong đầu hiện ra những ý tưởng dưới dạng hình ảnh. Còn nếu như trong khi nghe, mà trong đầu bạn tự hỏi, "Từ gì thế nhỉ?" hoặc "Từ đó nghĩa là gì nhỉ?" thì bạn nên nghe thêm.

100 here is symbolic. You may listen as many times as you like. The purpose here is to get familiar with the spoken words. How to know when you succeed? The signal is the image that pops up in your mind when you hear that word. If you still wonder, "Hey, what's that?" or "Oh, what does that word mean?" then you need to practice more.

Ngoài ra xin đừng nghe liên tục trong thời gian quá dài. Hãy chia ra bạn nhé, sáng nghe 3 lần, chiều nghe 3 lần, tối nghe 3 lần. Hoặc thậm chí nghe buổi sáng một lần thôi, nhưng nghe đều đặn trong vòng một tuần. Bạn sẽ không chỉ thấy hiệu cao quả hơn nhiều, mà sự hứng thú cũng được duy trì dễ dàng hơn.

Besides, please don't listen continuously for a long time. You should split your listening time into 3 times in the morning, 3 times in the afternoon, and 3 times before bed. Even one time in the morning is okay, but keep listening continuously for a week. You will find it more effective and easier to maintain your motivation.

Lập kế hoạch để học tiếng Anh như thế nào?

How to make a plan to learn English?

Nhiều người lập kế hoạch học hoành tráng, với rất nhiều mục tiêu cao siêu, rồi sau một thời gian thì bỏ. Kế hoạch của tôi chỉ gói gọn trong 4 chữ: Ngày nào cũng học. Bạn giỏi tiếng mẹ đẻ vì đơn giản là ngày nào cũng dùng, tiếng Anh cũng không nằm ngoài quy luật này.

Many people make great plans with high goals when studying; their plans often fail. My plan is simple, just four words: Study English Every Day. You mastered your mother tongue by using it every day. English is not an exception; you must use it every day.

Trong từng cách học du kích, tôi đều có những thói quen nhỏ để bạn thực hiện mỗi ngày. Tiếng Anh là câu chuyện của sự bền bỉ, nên hãy kiên nhẫn. Hãy biến chúng thành thói quen hằng ngày, và bạn sẽ không bao giờ phải lo lắng về chuyện lập kế hoạch.

In each Guerrilla tool, I provide you with many small habits that you can use every day. Learning a language requires patience, a lot of patience. Try to build these habits, and you will never worry about learning plans.

7 cách nhiều quá, chọn cách nào đây?

There are so many tools, which should I choose?

Bạn có thể đọc lại sách một lượt, đặc biệt là các phần ghi chú của bạn sau mỗi chương. Hãy chọn ra cách nào dễ nhất, hứng thú nhất để làm

You can re-read the book, especially the notes you made at the end of each chapter. Then you can choose the easiest, the most inspiring one to do.

Bạn có câu hỏi cho tôi?

Have a question for me?

Hãy tham gia nhóm Facebook ở link cuối sách để giao lưu với các độc giả khác cũng như có cơ hội trao đổi với tôi.

Just join the Facebook group via the link at the end of the book to make friends with other readers and have a chance to contact me.

Mong tin tốt lành,

Fususu - Nguyễn Chu Nam Phương

P.s. Hình như tôi quên gì đó? Phải rồi, những món quà tặng! Hãy dùng mã QR dưới để nhận những món quà thú vị tôi đã hứa.

Oh, did I forget something? Yes! The gifts! Just click the link below to get the gifts that I promised.

Mong tin tốt lành,

Fususu - Nguyễn Chu Nam Phương

P.s. Hình như tôi quên gì đó? Phải rồi, những món quà tặng! Hãy dùng mã QR dưới để nhận những món quà thú vị tôi đã hứa.

Oh, did I forget something? Yes! The gifts! Just click the link below to get the gifts that I promised.

MÓN QUÀ TẶNG BẠN

https://fususu.com/qua-7tadk